தமிழ்த் திரையில்
நாயக பிம்பம்

தமிழ்த் திரையில்

நாயக பிம்பம்

க. நாகப்பன்

டிஸ்கவரி பப்ளிகேஷன்ஸ்
எண்: 9, பிளாட் எண்: 1080A, ரோஹிணி பிளாட்ஸ்
முனுசாமி சாலை, கே.கே.நகர் மேற்கு,
சென்னை - 600 078. பேச: 99404 46650

தமிழ்த் திரையில் நாயக பிம்பம்
ஆசிரியர்: **க. நாகப்பன்**©

THAMIZH THIRAIYIL NAYAGA BIMBAM
Author: **Ka. Nagappan**©

First Edition: Feb-2022

வெளியீட்டு எண்: 0084

ISBN: 978-93-91994-48-8

Pages: 80

Rs. 100

Printed at: clictoprint | *Chennai-600 018.*

Publisher • *Sales Rights*

Discovery Publications	**Discovery Book Palace (P) Ltd**
No. 9, Plot,1080A,	No. 6, Mahaveer Complex,
Rohini Flats,	Munusamy Salai,
Munusamy Salai,	K.K.Nagar West,
K.K.Nagar West,	Chennai-600 078.
Chennai - 600 078.	Ph: (044) 4855 7525
Mobile: +91 99404 46650	Mobile: +91 87545 07070

discoverybookpalace@gmail.com
WWW.DISCOVERYBOOKPALACE.COM

இந்த நூலில் பிரசுரமாகியுள்ள எந்த ஒரு பகுதியையும் பதிப்பாளரின் எழுத்துபூர்வமான முன்அனுமதி பெறாமல் எடுத்தாள்வதோ, மறுபிரசுரம் செய்வதோ, மொழியாக்கம் செய்வதோ, அச்சு மற்றும் மின்னணு ஊடகங்களில் மறுபதிப்புச் செய்வதோ, காப்புரிமைச் சட்டப்படி தடை செய்யப்பட்டுள்ளது. இந்த நூலிலிருந்து குறிப்பிட்ட பகுதிகளை மேற்கோள்காட்டி புத்தக விமர்சனம் செய்ய, ஊடகங்களுக்கு மட்டும் அனுமதி உண்டு.

உங்கள் மொபைல் போனிலிருந்து ஸ்கேன் செய்து 'டிஸ்கவரி புக் பேலஸ்' மொபைல் ஆப்பை டவுன்லோடு செய்து, புத்தகங்களை வாங்குங்கள்.

சமர்ப்பணம்

ரஜினிக்குள் இருக்கும் மகா நடிகனைக் கண்டெடுத்த இயக்குநர் மகேந்திரனுக்கும்...

கமலுக்குள் இருக்கும் உன்னத நடிப்பை வெளிக்கொணர்ந்த இயக்குநர் பாலுமகேந்திராவுக்கும்.

அணிந்துரை

சினிமா - தமிழ்ச் சமூகத்தின், மக்களின் மிக முக்கியமான கலை வடிவம். சிறுகதை, கவிதை, நாவல்கள், இசை, ஓவியம்... என அனைத்துக் கலை வடிவங்களை விடவும், மிக அதிகமான மக்களைச் சென்றடையும் கலை வடிவமாக சினிமா இருக்கிறது. சினிமா என்றதும் உடனே நம் ஞாபகத்தில் வருபவர்கள், நமக்குப் பிடித்த நடிகர்கள். அப்படிப்பட்ட நடிகர்களைப் பற்றி, நட்சத்திரங்களைப் பற்றி, பல்வேறு கோணங்களில் அலசி ஆராய்ந்து இப்புத்தகத்தில் எழுதியிருக்கிறார் நாகப்பன் அண்ணன்.

நாகப்பன் அண்ணனுடனான பழக்கம், கல்லூரி நாட்களில் தொடங்கியது. அவர் எங்களுக்கு சீனியர், இன்ஸ்பிரேஷன், வழிகாட்டி எல்லாமும். அப்போது லயோலா கல்லூரியில் எம்.ஏ., மீடியா ஆர்ட்ஸ் படித்துக் கொண்டிருந்தார். நான் ஜெயின் கல்லூரியில் பி.காம்., படித்துக்கொண்டிருந்தேன். கல்லூரி இன்டர் காலேஜ் போட்டிகளில் சந்தித்துக்கொள்ளத் தொடங்கி, அப்படியே எங்கள் செட் வளர்ந்து, பச்சையப்பா, பிரசிடென்ஸி, நியூ காலேஜ், எம்.சி.சி., என சென்னையின் பல்வேறு கல்லூரி நண்பர்களும் இணைய, போட்டிகள் எல்லாமும் கொண்டாட்டமான நாட்களாக இருக்கும். பேச்சு, கவிதை, கட்டுரை என நகர்ந்த அந்த நாட்கள், இப்போது நினைத்துப் பார்க்கையில் பொன்னான நாட்களாக இருக்கின்றன.

போட்டிகளில், பெரும்பாலும் நாகப்பன் அண்ணனே முதல் பரிசைத் தட்டிச்செல்வார். அப்போதே அவர் ஒரு நடமாடும் நூலகம்தான். உலகம் குறித்த அறிவை, புரிதலை நமக்குக் கற்றுக்கொடுப்பவர்கள் மிக முக்கியமானவர்கள். அப்படி ஒரு உயர்ந்த மனிதராக, நாகப்பன் அண்ணனை நான் எப்போதும் நன்றியுடன் நினைவில் வைத்திருப்பேன். அவர் எங்களுக்குத் திறந்து வைத்த வாசல்கள், புத்தகங்கள், திரைப்படங்கள், கலைஞர்கள் எல்லாமும் முக்கியமானவை.

அவர் இப்போது பத்திரிகையாளராக இயங்கிக் கொண்டிருக்கிறார். அவரது எழுத்து பெரிய அளவில் தமிழ்ச் சமூகத்திடம் சென்றடைகிறது. தமிழ்த் திரைப்படங்கள் பற்றி அவர் எழுதுவதை, பத்தாண்டுகளாகத் தொடர்ந்து வாசித்து வருகிறேன். இப்புத்தகத்தில் வந்திருக்கும் கட்டுரைகள் மிக முக்கியமானவை என உறுதியாகச் சொல்வேன்.

சமகாலத்தில் தமிழ் சினிமாவின் முக்கியமான நடிகர்களைப் பற்றிய இக்கட்டுரைகள், தமிழ் சினிமா ரசிகர்கள் அவசியம் வாசிக்க வேண்டியவை. நாம் புரிந்துகொள்ள வேண்டிய, நிறைய நுண்ணிய தகவல்களும் இக்கட்டுரைகளில் இருக்கின்றன. விஜய் சேதுபதி அவர்களைப் பற்றி எழுதுகையில், 'நாயகத்தன்மை என்பதில், தோல்விகளும் இயலாமைகளும் ஓர் அங்கம் என்பதைக் கூறும் சித்தரிப்புகளுக்கு விஜய் சேதுபதியின் பங்களிப்பு அபாரமானது!' என, விஜய் சேதுபதி எப்படி ரசிகர்களோடு கனெக்ட் ஆகிறார் என விளக்குகிறார்.

தனுஷ் அவர்களைப் பற்றிய கட்டுரையில், 'பெரும்பாலான படங்களில் ஒடுக்கப்பட்டச் சமூகத்தை அல்லது விளிம்புநிலை சமூகத்தைச் சார்ந்த பாத்திரங்களை தனுஷ் பிரதிபலிக்கிறார்' என்று குறிப்பிட்டிருப்பது, 'அட, ஆமால்ல!' என நமக்கு உணர்த்துவதாக இருக்கிறது. இப்படி முக்கியமான நடிகர்கள், அவர்களின் திரைப்படங்கள் பார்வையாளனுக்குள் என்னவிதமான விளைவுகளை ஏற்படுத்துகிறது எனக் கூர்ந்து கவனித்து எழுதப்பட்டுள்ள இக்கட்டுரைகள், சினிமா ரசனையை நமக்கு அழகாகக் கற்றுத் தருகின்றன.

'மான்டேஜ் மனசு' புத்தகத்தைத் தொடர்ந்து, இந்த 'நாயக பிம்பம்' பலரைச் சென்றடைய மனமார்ந்த வாழ்த்துகள். தமிழ் சினிமாவைப் பற்றி தொடர்ந்து எழுதி வரும் நாகப்பன் அண்ணனுக்கு மனமார்ந்த வாழ்த்துகளும் அன்பும். அவர் வருங்காலத்தில் செய்ய நினைக்கும் அத்தனையும் சிறப்பாக நிகழ வேண்டும் என மனமார வாழ்த்துகிறேன்.

மிக்க அன்புடன்
ஸ்ரீகணேஷ்
திரைப்பட இயக்குநர்

நன்றி

இந்து தமிழ் திசை

கே.அசோகன், பாரதி தமிழன், அரவிந்தன், ஆர்.சி.ஜெயந்தன்,
செல்லப்பா, சரா சுப்ரமணியம், நிழல் திருநாவுக்கரசு,
கி.கார்த்திகேயன், இ.வி.கணேஷ்பாபு, விஷ்ணுபுரம் சரவணன்,
கணேசகுமாரன், நீரை.மகேந்திரன், சி.காவேரி மாணிக்கம், வி.ராம்ஜி,
ந.வசந்தகுமார், க.ராஜீவ்காந்தி, கா.இசக்கி முத்து, பா.ஜான்ஸன்,
முத்து பகவத், கே.ஜி.மணிகண்டன்,
ஜெயச்சந்திர ஹாஷ்மி, இரா.மன்னர்மன்னன், ரவிச்சந்திரன்.

என்னுரை

தமிழ் சினிமாவில் சமகால நடிகர்களின் கரியர், நடிக்கும் முறைகள், தேர்ந்தெடுக்கும் படங்கள் குறித்துக் கட்டுரைகள் இல்லையே என்ற ஏக்கம் எனக்கு ஏற்பட்டபோதுதான் 'இந்து தமிழ் திசை' இணைப்பிதழின் அப்போதைய ஆசிரியர் அரவிந்தன் சாரிடம் பகிர்ந்தேன். அந்தப் புள்ளியில்தான் தனுஷ் குறித்து ஒரு கட்டுரையை எழுதினேன். 'அனேகன்' திரைப்படம் வெளிவருவதற்கு முன்னதாக தனுஷின் கரியர் குறித்த அலசலை எழுதிக் கொடுத்ததும் 'இந்து டாக்கீஸ்' இணைப்பிதழில் அரவிந்தன் சார் வெளியிட்டு ஊக்குவித்தார்.

சினிமா செய்திகள், பேட்டிகள், விமர்சனங்கள் என 10 ஆண்டுகளுக்கும் மேலாக இயங்கி வந்தாலும் ஒரு கட்டுரைக்கான வரவேற்பு என்னைத் திக்குமுக்காடச் செய்தது. சக நண்பர்கள், சினிமாவில் இயங்கும் ஆளுமைகளின் பாராட்டு எனக்கான உந்து சக்தியாக இருந்தது. தொடர்ந்து எழுத வேண்டும் என்ற வேட்கையை ஏற்படுத்தியது.

வழக்கமான டெம்ப்ளேட் நடிப்புகளைத் தாண்டி கதாபாத்திரத்துக்கு நியாயம் சேர்க்கும் அனைத்து நடிகர்கள் குறித்தும் எழுதத் தொடங்கினேன். அஜித், விக்ரம் கட்டுரைகளை எழுதியவுடன் தோழர் சரா சுப்ரமணியம், 'செம்மயா இருக்கு' என்று சொல்லி இணையதளத்தில் பதிவேற்றம் செய்தார்.

'மகாமுனி' பார்த்துவிட்டு ஆர்யா குறித்து எழுதியதும், படித்துவிட்டு ஆர்யாவே இரண்டு முறை பேசியது மறக்க முடியாதது. ''என் வாழ்க்கையில் இவ்வளவு பாசிடிவ் எனர்ஜியும், வாழ்த்துகளும் இப்போதுதான் கிடைத்திருக்கிறது'' என்று உற்சாகம் பொங்க அவர் சொன்னதை என் எழுத்துக்குக் கிடைத்த அங்கீகாரமாகவே கருதுகிறேன்.

கார்த்தி, சூர்யா குறித்து எழுதியதும் சிவகுமார் சார் லைனில் வந்தார். ''அப்படியே எங்க பசங்க வாழ்க்கையைப் பக்கத்துல இருந்து பார்த்த மாதிரி எழுதியிருக்கியேப்பா. அவங்க சினிமா வாழ்க்கையை ஸ்கேன் பண்ணிப் பார்த்த மாதிரி இருக்கு!'' என்று தட்டிக்கொடுத்தார். தயாரிப்பாளர் எஸ்.ஆர்.பிரபு, ''சொந்த வாழ்க்கையில் தன் மகளைப் பிரிந்து ஷூட்டிங்கில் இருக்கும் கார்த்தி அவருடன் நேரம் செலவழிக்க முடியாத குற்ற உணர்வைத்தான் படத்தில் அழுகையாகவும் ஏக்கமாகவும் நமக்குள் கடத்தியிருப்பார்னு சரியா எழுதி இருக்கீங்க. இப்படியெல்லாம்கூட நம்மை நுட்பமா கவனிக்குறாங்கன்னு கார்த்தி சார் சொன்னார்'' எனப் பாராட்டினார்.

விஜய் சேதுபதி குறித்து எழுதியபோது கிடைத்த ரெஸ்பான்ஸ் மிகப்பெரிது. 'இப்படி ஒரு பார்வையை யாரும் முன்வைக்கவில்லை' என்று திரையுலக ஆளுமைகள் குறிப்பிட்டனர்.

அந்த அடிப்படையில் முதல் கட்டமாக விஜய், அஜித், சூர்யா, விக்ரம், ஆர்யா, கார்த்தி, விஷால், ஜெயம் ரவி, தனுஷ், சிவகார்த்திகேயன், விஜய் சேதுபதி என 11 பேரின் நடிப்பு குறித்து ஆழமான பார்வையை முன்வைத்துள்ளேன். 'இந்து தமிழ் திசை' நாளிதழின் இணைப்பிதழான இந்து டாக்கீஸ், இணையதளத்தில் எழுதப்பட்ட கட்டுரைகளின் தொகுப்பே இது.

'மாநாடு' படத்தின் மூலம் சிம்புவின் மறு வருகை அர்த்தமுள்ளதாக மாறியுள்ளது. ஜீவா போன்ற நடிகர்கள் நம்பிக்கையுடன் முன்னால் வரவேண்டியவர்கள். அருண் விஜய், விஷ்ணு விஷால் போன்றவர்களும் நம்பகத்தன்மை வாய்ந்த நடிப்பில் மிளிர்கிறார்கள். விஜய் ஆண்டனி, அருள்நிதி, ஜி.வி.பிரகாஷின் வளர்ச்சியும் கவனிக்கத்தக்கதே. அடுத்த பாகத்தில் இவர்கள் நடிப்பின் சாதக, பாதகங்கள் குறித்து விரிவாக எழுதலாம் என்று திட்டமிட்டுள்ளேன்.

தமிழ் சினிமாவில் ஒவ்வோராண்டும் சுமார் 150க்கும் மேற்பட்ட படங்கள் வெளியாகின்றன. ஓடிடி தளங்களின் பட வெளியீட்டில் செய்த புரட்சியால் கான்செப்ட் ரீதியில் பெரிய பாய்ச்சலும், மாற்றமும் நிகழ்ந்துள்ளன. முன்னணி நடிகர்கள் ஆண்டுக்கு ஓரிரு படங்களில் மட்டுமே நடித்தாலும், இவர்களுக்கு அப்பால் தமிழ் சினிமாவின் கிரியா ஊக்கிகளைக் கண்டுகொள்வதும், அடையாளப்படுத்துவதும், குறை நிறைகளை இடித்துரைக்காமல் எடுத்துரைப்பதும் அவசியம் என்பதே என் கருத்து.

அந்த வகையில், வெளிச்ச வாய்ப்புகள் உருவாகும் வரை காத்திருந்து, கதைக்குத் தேவையான அளவில் தன்னைப் பொருத்திக்கொண்டு, நடிப்புக்குள் தங்களை ஐக்கியப்படுத்திக்கொள்ளும் நடிகர்களையும் அடையாளப்படுத்துவதை அடுத்த பணியாகச் செய்யத் தீர்மானித்துள்ளேன்.

இந்த ‘நாயக பிம்பம்’ நூல் நிச்சயம் உங்களுக்கு மன நிறைவை அளிக்கும்; தமிழ் சினிமா, தமிழ் நடிகர்கள் பற்றிய உங்கள் கண்ணோட்டத்தை மாற்றும். ‘அட, இதை நான் கவனிக்கவில்லையே!’ என்று சொல்லவைக்கும்.

வாசியுங்கள். உயிரோட்டமுள்ள விவாதங்களுக்குத் தயாராகுங்கள்.

- க.நாகப்பன்

தன்னம்பிக்கை கலைஞன் அஜித்

"**எ**ன் வாழ்க்கையில ஒவ்வொரு நாளும் ஒவ்வொரு நிமிஷமும் ஏன் ஒவ்வொரு நொடியையும் நானே செதுக்குனதுடா!" என்று 'பில்லா 2' திரைப்படத்தில் அஜித் வசனம் பேசியிருப்பார். அந்த வசனமே அஜித்தின் வாழ்க்கை.

வார்த்தைக்கும், வாழ்க்கைக்கும் வித்தியாசம் இல்லாமல், இடைவெளி இல்லாமல் வாழும் நடிகர் அஜித் என்பதைத் தெரிந்துகொள்ள அஜித்தின் வரலாற்றைப் புரட்டியே ஆகவேண்டும்.

பைக் மெக்கானிக், நடிகன் ஆன கதை!

பள்ளிப்படிப்பை பாதியிலேயே விட்ட அஜித், பைக் மெக்கானிக்காக வேலை பார்த்தார். பைக், கார்

மீது ஏற்பட்ட காதலால் பைக் ரேஸ்களில் கலந்துகொண்டார். ரேஸில் கலந்துகொள்ளப் போதிய பணம் இல்லாததால் சின்னச் சின்ன விளம்பரங்களில் நடிக்க ஆரம்பித்தார்.

மிக விரைவில் அஜித்துக்கு சினிமா வாய்ப்புக் கிடைத்தது. 1991–ல் தெலுங்குப் படத்தில் நடிக்க ஒப்பந்தம் ஆனார். துரதிர்ஷ்டவசமாக அப்படத்தின் இயக்குநர் மரணம் அடைந்தார். அதற்குப் பிறகு 1992–ல் 'பிரேம புஸ்தகம்' என்ற தெலுங்குப் படத்தில் ஹீரோவாக நடித்தார். 1993–ல் 'பிரேம புஸ்தகம்' ரிலீஸ் ஆனது. இதே ஆண்டில் தமிழில் செல்வா இயக்கத்தில் அஜித் நடித்த 'அமராவதி' ரிலீஸ் ஆனது.

அதற்கடுத்து 'பாசமலர்கள்', 'பவித்ரா', 'ராஜாவின் பார்வையிலே' போன்ற படங்களில் நடித்தார். வஸந்த் இயக்கத்தில் அஜித் நடித்த 'ஆசை' திரைப்படம் சூப்பர் டூப்பர் ஹிட்டானது. அஜித்தை தமிழ் சினிமா நடிகனாக ஏற்றுக்கொண்ட தருணம் இது.

'காதல் கோட்டை', 'காதல் மன்னன்' படங்கள் அஜித்தின் சினிமா கேரியரில் முக்கியத்துவம் வாய்ந்த படங்களாக அமைந்தன. ஆசை நாயகன் அஜித், காதல் நாயகனாகவும் ஆக்ஷன் ஹீரோகவும் மாறிய காலகட்டம் இது. 'வாலி', 'அமர்க்களம்', 'கண்டுகொண்டேன் கண்டுகொண்டேன்' படங்கள் மூலம் அழுத்தமான முத்திரை பதித்தார்.

'முகவரி', 'சிட்டிசன்', 'பூவெல்லாம் உன் வாசம்', 'வில்லன்', 'அட்டகாசம்', 'வரலாறு', 'கிரீடம்', 'பில்லா', 'மங்காத்தா', 'ஆரம்பம்', 'வீரம்', 'என்னை அறிந்தால்', 'வேதாளம்', 'விஸ்வாசம்', 'நேர்கொண்ட பார்வை' என படங்களின் வெற்றிப் பட்டியல் நீள்கிறது.

பெண் சமூகத்தின் நாயகன்

'வீரம்' படத்தில் கிராமத்துக் கதையில் தன்னைப் பொருத்திக்கொண்ட அஜித், தம்பி சென்டிமென்ட்டிலும், 'வேதாளம்' படத்தில் தங்கை சென்டிமென்ட்டிலும், 'விஸ்வாசம்' படத்தில் மகள் சென்டிமென்ட்டிலும் மனதில் நிறைந்தார். குழந்தைகளை அவர்கள் போக்கில் வளர்க்கவேண்டும் என்ற கருத்தையும் 'விஸ்வாசம்' படத்தில் அழுத்தமாகச் சொன்னார்.

தனது ரசிகர்களை மகிழ்விக்க பஞ்ச் வசனம், மலிவான வசனங்களைப் பேசவேண்டியதில்லை என்று துணிச்சலான முடிவெடுத்து, கதாநாயகன் அந்தஸ்தைக் கச்சிதமாகப் பெண் சமூகத்திடம் இருந்து அஜித் பெற்ற படம் 'நேர்கொண்ட பார்வை'. கதாபாத்திரத்தை உணர்ந்து நிதானமான, மிகையற்ற நடிப்பை வெளிப்படுத்தினார்.

'பிங்க்' ரீமேக்கான 'நேர்கொண்ட பார்வை' படத்தின் மூலம் அமிதாப் இந்தியில் செய்த கதாபாத்திரத்தில் அஜித் நடித்தது ஆச்சரியம் என்றால், அதில் சமரசம் செய்யாமல் கதாபாத்திரத்துக்கான நியாயத்தைமட்டும் செய்தது ரசிகர்களை நெகிழ்ச்சியில் ஆழ்த்தியது.

சுதந்திரத் தன்மையுடன் இருக்குப் பெண்களைப் பார்க்கும்போது அவர்கள் குறித்த தன் கண்ணோட்டத்தை மட்டும் முன்முடிவுடன் கூறும் பொது சமூகத்துக்குத் தன் கதாபாத்திரம் வழியாக அஜித் சொன்ன பதில் இதுதான். 'ஆண்களே! உங்களை நீங்கள் சரிசெய்து கொள்ளுங்கள். பெண்கள் சரியாகவே இருக்கிறார்கள்.' இந்தத் துணிச்சல் நடிப்புக்காகவே அஜித் ஆகச்சிறந்த ஆளுமையாக உருமாறினார்.

அஜித்தை ஏன் கொண்டாடுகிறார்கள்?

அஜித் தொட்டதெல்லாம் ஹிட்டாகவில்லை. வெற்றிப் படங்களை மட்டுமே தந்து வசூல் சக்கரவர்த்தியாகத் திகழவில்லை. ஆனால், ஏன் அஜித்தை ரசிகர்கள் மட்டுமில்லாமல், சினிமா உலகமே கொண்டாடுகிறது. காரணம், அஜித் ஒரு நடிகராக மட்டுமில்லாமல், நல்ல மனிதராக இருக்கிறார். அது எப்படிச் சாத்தியமானது என்பதை நீங்கள் கொஞ்சம் பொறுமையுடன் படிக்கவேண்டியது அவசியம்.

உதவி இயக்குநர்களின் தோழன்

அஜித் நடித்த பல படங்கள் சறுக்கல்களைச் சந்தித்தன. தோல்விப் படங்களுக்காக அஜித் கவலைப்படவில்லை. கார் ரேஸ் கவனத்தையும் திருப்பி, சினிமாவில் மட்டும் முழு மூச்சாக இறங்கினார்.

அதற்காக உதவி இயக்குநர்களை இயக்குநர்களாக்கி அழகுபார்க்கவும் அஜித் தவறவில்லை. பெரும்பாலான

இயக்குநர்களுக்கு முதல்பட வாய்ப்பைக் கொடுத்தது அஜித் தான். சரணின் முதல் படம் ‘காதல் மன்னன்’. ஜேடி ஜெர்ரியின் முதல் படம் ‘உல்லாசம்’. எஸ்.ஜே சூர்யாவுக்கு முதல் படம் ‘வாலி’. முருகதாஸின் முதல் படம் ‘தீனா’. ஏ.எல்.விஜய்யிடன் முதல் படம் ‘கிரீடம்’.

ரமேஷ் – கண்ணாவின் முதல் படம் ‘தொடரும்’. ராஜூ சுந்தரத்தின் முதல் படம் ‘ஏகன்’. சிங்கம்புலியின் முதல் படம் ‘ரெட்’. ‘ராசி’, ‘ஆழ்வார்’ என்று பல படங்கள் அறிமுக இயக்குநர்கள் படங்கள்தான்.

நடிகர்களின் நண்பன் அஜித்

‘பாசமலர்கள்’ படத்தில் அரவிந்த்சாமியுடனும், ‘ராஜாவின் பார்வையிலே’ படத்தில் விஜய்யுடனும் அஜித் நடித்தது குறிப்பிடத்தக்கது. அதற்குப் பிறகு அஜித்தும், பிரசாந்தும் ‘கல்லூரி வாசல்’ படத்தில் இணைந்து நடித்தனர். ‘உல்லாசம்’ படத்தில் அஜித்தும், விக்ரமும் இணைந்து நடித்தனர்.

‘பகைவன்’ படத்தில் அஜித் – சத்யராஜ், ‘நீ வருவாய் என’ படத்தில் பார்த்திபன் – அஜித் இணைந்து நடித்தது குறிப்பிடத்தக்கது. ‘ஆனந்தப் பூங்காற்றே’, ‘உன்னிடத்தில் என்னைக் கொடுத்தேன்’ படங்களில் அஜித்தும் – கார்த்திக்கும் நடித்தனர். ‘தீனா’ படத்தில் சுரேஷ்கோபி, ‘மங்காத்தா’ படத்தில் அர்ஜீன், ‘ஆரம்பம்’ படத்தில் ஆர்யா, ‘என்னை அறிந்தால்’ படத்தில் அருண்விஜய் என அஜித்துடன் நடித்த சக ஹீரோக்களின் பட்டியல் நீண்டது.

ரிஸ்க் எடுக்கப் பழகியவர்

எந்தவிதப் பின்புலமும் இல்லாமல் சினிமாவுக்கு வந்த அஜித், தோல்வியைக்கண்டு கலங்கியதில்லை. முதுகுத் தண்டில் பல்வேறு அறுவை சிகிச்சைகள் செய்தபோதிலும் சண்டைக் காட்சிகளில் ரிஸ்க் எடுக்கத் தயங்கியதில்லை. இதனால், அஜித் உடல் குண்டானது. ஆனால், அதற்காக கிண்டல் செய்பவர்களைக்கண்டு மனம் வருந்தாமல் உடல் எடையைக் குறைத்தார்.

‘ஆரம்பம்’ திரைப்படத்தின்போதுகூட காலில் அடிபட்டு ஆப்ரேஷன் செய்யும் அளவுக்கு அஜித் ஆளானார்.

அக்கறையில் அண்ணன்

தன்னுடன் இருப்பவர்கள், நடிப்பவர்கள் நலனில் அக்கறை காட்டுவதில் அஜித்துக்கு அலாதிப் பிரியம் உண்டு.

'வான்மதி' படத்தில் நடித்தபோது அஜித்துக்கும், ஸ்வாதிக்கும் காதல் என்று கிசுகிசுக்கப்பட்டது. இருவரும் காதலிக்கவில்லை என்று மறுத்தனர். அதற்குப்பிறகு, ஸ்வாதிக்கு நடிக்க வாய்ப்புகள் வரவில்லை. சுந்தர்.சி இயக்கத்தில் அஜித் 'உன்னைத் தேடி' படத்தில் நடிக்கும்போது, ஸ்வாதிக்கு வாய்ப்புக் கொடுத்தார்.

காதல் பிரிவால் தமிழ் சினிமா பக்கம் தலைகாட்டாமல் இருந்த தமன்னாவை நீண்ட இடைவெளிக்குப்பிறகு 'வீரம்' படத்தில் நடிக்க வைத்தார்.

கௌதம் மேனன் கடன் பிரச்னையில் தவித்தபோது அஜித், அவர் இயக்கத்தில் நடிக்க முன்வந்தார். 'என்னை அறிந்தால்' படத்தின் ரிசல்ட் குறித்த முனைப்பில் பரபரப்பாக இருந்த கௌதம் மேனனிடம், படத்துக்கு ரசிகர்கள் வரவேற்பு எப்படி? என்று அஜித் கேட்கவில்லை. 'உங்கள் பிரச்னை தீர்ந்ததா?' என்றுதான் கேட்டார்.

தன் வீட்டில் பணிபுரியும் பணியாளர்கள் 12 பேருக்கு வீடு கட்டிக் கொடுத்திருக்கிறார்.

விளம்பரம் பிடிக்காதவர்

தன் படமாக இருந்தாலும் இசை வெளியீட்டு விழா, பத்திரிகையாளர் சந்திப்பு, வெற்றி விழா என எதிலும் கலந்துகொள்ளாதவர் அஜித். என் படத்தை ரசிகர்கள் பார்க்கவேண்டும் என்றுகூட சொல்லியதில்லை.

கார் ரேஸ் - கனவு நனவானது

கார் ரேஸில் கடும் பயிற்சியால் ஃபார்முலா 2 பந்தயத்தில் கௌரவமான இடத்தைப் பிடித்தார். 30 வயதைக் கடந்தபிறகு சிறுவயதுக் கனவை நிறைவேற்றிக்கொண்டவர்.

'தீனா' படத்தில் ஒரு காட்சி வரும். தன் தங்கை சின்ன வயதில் ஆசைப்பட்டதையெல்லாம் டீன்ஏஜ் கடந்தபிறகு வாங்கிக் கொடுப்பார்.

'சின்ன வயசுல ஆசைப்பட்டது. ஆனா, கொஞ்சம் லேட்டா கிடைச்சிருக்கலாம். எப்பவுமே கிடைக்கலைன்னு ஆகிடக்கூடாதுல்ல' என்ற தொனியில் வசனம் பேசி இருப்பார். கார் ரேஸைப் பொறுத்தவரையில் அஜித்துக்கு அப்படித்தான் நடந்தது.

'அடுத்த எம்.ஜி.ஆர். அஜித்' - சோ புகழாரம்

எம்.ஜி.ஆரால் மிகப்பெரிய ரசிகர் பட்டாளத்தை ஈர்க்க முடிந்தது. அதனால்தான் எம்.ஜி.ஆரை தலைவராக ஏற்றுக்கொண்டதோடு, ரசிகர்கள் வழிபடுகின்றனர். மிகப்பெரிய ரசிகர்களை ஈர்ப்பதில் எம்.ஜி.ஆருக்கு அடுத்து, அஜித் இருக்கிறார் என்று சோ.ராமசாமி புகழ்ந்தார்.

அஜித் மீது இருக்கும் பாப்புலாரிட்டி அளப்பரியது. ஒரு படம் தோல்வி அடைந்தாலும் அதைவிட அதிக எதிர்பார்ப்புடன் அடுத்த படத்துக்காகக் காத்திருக்கிறார்கள். காரணம், அஜித் நடிகராக மட்டுமில்லை, நல்ல மனிதராகவும் ஜெயித்திருக்கிறார்.

ஆரம்பத்தில் இருந்து அஜித் தன் செயல்களில் இருந்து மாறவே இல்லை. ஆனால், மக்கள் அஜித்தைப் பார்த்து தங்கள் கண்ணோட்டங்களை மாற்றிக்கொண்டார்கள். அதனால்தான், அஜித் படத்தில் பெரிதாய் நடிக்கத் தேவையில்லை. வந்தாலே போதும் என்று குதூகலிக்கிறார்கள்.

விஜய், சூர்யா பார்வையில் அஜித்

விஜய்: 'அஜித்திடம் எனக்குப் பிடித்தது அவர் தன்னம்பிக்கைதான். என்னுடைய பெர்சனல் வாழ்க்கையில் அவருக்கு மிகப் பெரும் பங்குண்டு. நான் தம்பி என்றால், அவர் அண்ணன்.' என்றார் விஜய்.

சூர்யா: 'அஜித் சார் எனக்கு வாழ்க்கை கொடுத்திருக்கார்னுதான் சொல்லுவேன். 'நேருக்கு நேர்', 'நந்தா', 'கஜினி' படங்கள்ல நடிக்க அஜித் சாருக்குத்தான் முதல்ல வாய்ப்பு வந்தது' என்றார் சூர்யா.

இந்த பாப்புலாரிட்டியை அழுக்குப்படாமல், ஆக்கப்பூர்வமாக பயன்படுத்தி அஜித் முன்னேறட்டும்.

* * *

அலட்டாமல் சாதித்த ஆர்யா!

வாழ்நாள் முழுக்க ஒருவர் சினிமாவில் நடித்துக் கொண்டே இருக்கலாம். ஆனால், அவருக்கு நடிகன் என்கிற தகுதியும் பெருமையும் எப்போது வாய்க்கும் என்பதைக் கணிக்க முடியாது. அந்த வகையில் தன் மீதான அலட்சியத்தை, ஆர்வமின்மையை மாற்றி 'மகாமுனி' படத்தின் மூலம் ஒரு சிறந்த நடிகருக்கான தகுதியுடன் ஆச்சரியப்பட வைத்துள்ளார் ஆர்யா.

சொல்லப்போனால் ஆர்யாவின் சினிமா வாழ்க்கையை 'மகாமுனி'க்கு முன் 'மகாமுனி'க்குப் பின் என்று இரண்டாகப் பிரிக்கலாம். அந்த அளவுக்கு நுட்பமான நடிப்பால் ஆர்யா தன்னை நிரூபித்துள்ளார். ஆர்யா நடித்த முதல் படம் ஒளிப்பதிவாளர் ஜீவா இயக்கத்தில் உருவான

'உள்ளம் கேட்குமே'. அதற்குமுன் விஷ்ணுவர்தன் இயக்கத்தில் ஆர்யா நடித்த 'அறிந்தும் அறியாமலும்' படம் வெளியானது.

ஆர்யா அதில் நாயகன் அல்ல. காதல் பாடல்கள், காதல் என்று ஜோடியுடன் இருப்பவரே நாயகன் என்ற தமிழ் சினிமாவின் எழுதப்படாத விதிப்படி, இப்படத்தில் நவ்தீப்தான் ஹீரோ. ஆனால், பிரகாஷ்ராஜ், ஆர்யா, நவ்தீப் ஆகிய மூன்று முதன்மைக் கதாபாத்திரங்களை வைத்தே திரைக்கதை நகரும். இதில் தாதா பிரகாஷ்ராஜின் வளர்ப்பு மகன் குட்டியாக வந்து இயல்பான நடிப்பால் பெரிய அளவில் திறமையை வெளிப்படுத்தினார் ஆர்யா. 'தீப்பிடிக்க தீப்பிடிக்க' பாடலின் மூலம் நடன அசைவிலும் கவனிக்கவைத்தார்.

தலைகீழ் தவம்

அடுத்து ஆர்யா நடித்த 'ஒரு கல்லூரியின் கதை' போதுமான வரவேற்பைப் பெறவில்லை. உடனடியாக ஒரு வெற்றி தேவைப்பட்டதால், கமர்ஷியல் சினிமா பக்கம் கவனம் செலுத்தினார். 'பட்டியல்', 'வட்டாரம்' ஆகியவை வணிகரீதியாக வெற்றிபெற்ற படங்களின் வரிசையில் இடம்பிடித்தன. அந்தச் சூழலில் பாலா இயக்கத்தில் 'நான் கடவுள்' படத்தில் நடித்தார். இந்தப் படத்தில் நடிக்க ஒப்பந்தமான அஜித், சில காரணங்களால் விலக, ஆர்யாவின் சினிமா வாழ்க்கையில் மிக முக்கியமான படமாக 'நான் கடவுள்' இடம் பிடித்தது.

நடிப்பு என்பது அர்ப்பணிப்பு மிகுந்த கலை என்பதில் ஆர்யாவுக்கு மாற்றுக் கருத்தில்லை. அதனால்தான் தலைகீழாக இருந்து தவம் புரியும் யோகாசனத்தைச் செய்வதற்கு ஒன்றரை வருடப் பயிற்சி தேவையாக இருந்த நிலையில் ஒரே மாதத்தில் அதைச் சாதித்தார். அதுதான் அவரின் அறிமுகக் காட்சியாகப் படத்தில் இடம்பெற்றது. ஜடா முடி, அழுக்கான ஆடை, கையில் எப்போதும் புகையும் சுருட்டு, நெருப்புப் பார்வை, ருத்ர தாண்டவம் என அகோரியாகவே மாறியிருந்தார் ஆர்யா. இப்படிக்கூட ஆர்யாவால் நடிக்க முடியுமா என்கிற பிரமிப்பைத் தந்த அந்தப் படத்தில்தான் கதாபாத்திரமாக வெளிப்படும் கலையில் ஆர்யா முதன்முதலாகத் திரையுலகைத் தன் பக்கம் திருப்பினார்.

'மதராசப்பட்டினம்' ஆர்யாவின் அப்பழுக்கற்ற இன்னொரு பரிமாணத்தைக் காட்டியது. ஆங்கிலேயர்களின் அடிமைத்

தளையிலிருந்து விடுபடத் துடிக்கும் இளைஞனாக, ஆங்கிலேயப் பெண்ணின் அன்பிற்கினிய காதலனாகத் தன் அழுத்தமான நடிப்பை வழங்கினார். 'பாஸ் என்கிற பாஸ்கரன்', 'சிக்குபுக்கு' என்று மீண்டும் காமெடி, காதல் படங்களில் நடித்தவர், 'அவன் இவன்' மூலம் பாலாவுக்கே உரிய பாணியில் நகைச்சுவையில் தடம் பதித்தார்.

கமர்ஷியல் நாயகன்

கமர்ஷியல் சினிமா என்பது நாயக பிம்பத்தைக் கட்டமைக்கும் சினிமா மட்டுமே என்பதை ஆர்யா நன்கு புரிந்துவைத்திருந்தார். ஆக்‌ஷன், காதல், காமெடி என்று ஃபார்முலா காட்சிகள் இருக்கும் என்பதால் அந்த 'டெம்ப்ளேட்' அல்லது 'க்ளிஷே' நடிப்புக்கும் தன்னைத் தயார்படுத்திக்கொண்டார். 'வேட்டை', 'ராஜா ராணி', 'ஆரம்பம்', 'மீகாமன்', 'கடம்பன்', 'கஜினிகாந்த்' என்று வணிக சினிமாவின் பக்கம் ஆர்யா கவனம் செலுத்தினார். நடிப்புக்கான மிகப் பெரிய களம் கிடைக்காதபோதும் ஆர்யா கவலைப்படவில்லை. கதாநாயகனுக்குரிய சாகசங்கள், ஹீரோயிஸம் போன்ற அம்சங்களால் கமர்ஷியல் நாயகனாகத் தொடர்ந்து தன்னைத் தக்கவைத்துக்கொண்டார்.

இதனிடையே 'நான் கடவுள்', 'புறம்போக்கு என்கிற பொதுவுடைமை', 'மகாமுனி', 'சார்பட்டா பரம்பரை' ஆகிய படங்களை ஆர்யா ஏன் தேர்ந்தெடுத்தார் என்று யோசித்தாலே, நடிப்புமீது அவருக்கு உள்ள காதலைப் புரிந்துகொள்ள முடியும். அவர் தன்னை முழுமையாக அர்ப்பணித்துக்கொண்ட படங்களே இவை. 'டெம்ப்ளேட்' நடிப்பிலிருந்து தன்னை விடுவித்துக் கொள்ளும் பொருட்டு வியாபாரப் போட்டியைத் தாண்டி தன் நடிப்புக்கான களத்தைத் தேர்ந்தெடுக்கும் ஆர்யாவின் வேட்கையே அந்தப் படங்களின் தேர்வுக்குக் காரணம். அந்த விதத்தில் வணிக சினிமாவின் எல்லைகளை மீறி, அதன் கட்டுப்பாடுகளைத் தாண்டி வித்தியாசமான கதாபாத்திரங்களை ஏற்ற துணிச்சலுக்கு ஆர்யாவைப் பாராட்டலாம்.

'மகாமுனி'யில் மகா நடிகன்

நடிப்பின் எல்லாப் பரிமாணங்களையும் ஆர்யா அடைந்தது 'மகாமுனி' படத்தில்தான். உடல், குரல், மனம் ஆகிய மூன்றையும் தயார்படுத்திய பிறகே ஆர்யா 'மகாமுனி'யில்

நடிக்கச் சம்மதித்திருக்கக்கூடும். பேச்சு, வடிவம், நிற்கும் விதம், போஸ், சைகைகள், பாவனைகள், குரல், உணர்ச்சிகள் என ஒவ்வொன்றையும் நுணுக்கமாக வேறுபடுத்தி மகாதேவன், முனிராஜ் கதாபாத்திரங்களின் மூலம் இதுவரை பார்த்திராத ஆர்யா எனும் நடிகன் ஒளிர்ந்தார்.

இதற்கு முன்னதாக, செல்வராகவன் இயக்கத்தில் ஆர்யா இரட்டை வேடங்களில் 'இரண்டாம் உலகம்' படத்தில் நடித்திருந்தார். ஆனால், அதில் ஆர்யாவை வழக்கமான காதலனாக மட்டுமே பார்க்க முடிந்தது. ஆனால், 'மகாமுனி'யில் இரு வேறு கதாபாத்திரங்களின் அனைத்து மன உணர்வுகளையும் துல்லியமாகக் கடத்திய விதத்தில் அசர வைத்திருக்கிறார்.

கே.வி.ஆனந்த் இயக்கிய 'காப்பான்' படத்தில் சூர்யா நாயகன் என்றாலும், ஒரு துணைக் கதாபாத்திரத்தில் பிரதமரின் மகனாக, இன்றைய இன்ஸ்டாகிராம் இளைஞனின் மனநிலையை ஆர்யா பிரதிபலித்தார். அதன் மூலம் தன் இயல்பான குணாதிசயத்தை முன்வைத்து தன் மீதான விமர்சனத்துக்கு ஆர்யா ஒரு பதில் கொடுத்துள்ளார் என்று சொல்லலாம். பலரும் சொல்வதுபோல விளையாட்டுத்தனமாகவோ, பொறுப்பில்லாமலோ அவர் நடந்துகொள்ளவில்லை. எதற்கும் அலட்டிக்கொள்ளாமல் சந்தோஷமாக இருக்கிறேன் என்பதே தன் கதாபாத்திரங்களின் வழியே ஆர்யா சொல்லும் கருத்தாகப் பார்க்கலாம்.

இந்தப் பண்பால்தான் விஷ்ணுவர்தன், பாலா, ஏ.எல். விஜய், புஷ்கர் – காயத்ரி, ராஜேஷ், சரண், லிங்குசாமி, செல்வராகவன், ஜனநாதன், அட்லீ, கே.வி.ஆனந்த், பா.இரஞ்சித் என்று பல்வேறு விதமான இயக்குநர்களின் படங்களிலும் ஆர்யாவால் நடிக்க முடிந்திருக்கிறது. இதற்காக ஆர்யா கடந்துவந்த பாதை பெரிதுதான்.

30 படங்களுக்குப் பிறகே 'மகாமுனி', 'சார்பட்டா பரம்பரை' போன்ற அர்த்தமுள்ள படங்களில் நடிக்கத் தொடங்கியுள்ளதன் மூலம், ஆர்யா தன் இரண்டாம் இன்னிங்ஸை தொடங்கியிருக்கிறார். 'எப்போது நடிக்க வந்தோம் என்பது பெரிதல்ல. சாதாரணமாக நடிக்கத் தொடங்கியவர்கள் எப்போது வேண்டுமானாலும் சிறந்த நடிகர்களாக ஆகமுடியும்' என்பதற்கு நிகழ்காலச் சான்றாகி நிற்கிறார் ஆர்யா.

* * *

பலவீனங்களை பலங்களாக மாற்றிய கலைஞன்

தமிழ் சினிமாவில் தவிர்க்க முடியாத அடையாளமாக மாறி, இந்திய சினிமாவில் உற்றுக் கவனிக்கக்கூடிய ஆளுமையாக உருவெடுத்து, சர்வதேச சினிமாவில் தடம் பதித்திருக்கும் நடிகர்களில் முதன்மையானவர் தனுஷ்.

பென்சில் மாதிரி... இல்லையில்லை, பென்சிலில் கோடுபோட்ட மாதிரி இருக்கும் ஒல்லிப்பிச்சானாக இருக்கும் தனுஷின் சாதனை ஏன் பேசப்பட வேண்டும்? ஒரு நடிகர் என்றால் உடல் எடையைக் கூட்டி, குறைத்து, கதாபாத்திரத் தன்மைக்கு ஏற்ப மாற வேண்டும். ஆனால், தனுஷிடம் அந்த அம்சத்தை மட்டும் எதிர்பார்க்கவே முடியாது.

அப்படி இருக்கையில், தனுஷ் எப்படித் தனித்துவக் கலைஞனாக மதிப்பிடப்படுகிறார்?

பள்ளிப் படிப்பையே முடிக்காத 16 வயதில் 'துள்ளுவதோ இளமை' படத்தின்மூலம் தமிழ் சினிமாவில் அறிமுகம் ஆனார் தனுஷ்.

2002ம் ஆண்டு வெளியான இப்படம் தமிழ் சினிமாவில் சலனத்தை ஏற்படுத்தியது. பேசாப் பொருளைச் சற்று அதிகமாகவே பேசத் துணிந்தது. டீன்ஏஜ் இளைஞனின் பாலியல் கிளர்ச்சி, சுய கட்டுப்பாடு இல்லாத பாலியல் விழைவு, தோழியுடன் எல்லை மீறல் குறித்து, விடலைப்பருவத்துக்கே உரிய உடல் மொழியில் தனுஷ் வெளிப்படுத்தினார். ஒழுக்கத்தைப் பின்பற்றுவதின் அவசியம் குறித்தும் இடித்துரைக்காமல் எடுத்துரைத்தார்.

வழக்கமான படங்களில் இருந்து 'துள்ளுவதோ இளமை' சற்று மாறுபட்டு இருப்பதாகப் பாராட்டு குவிந்தது. ஆனால், அந்த மரியாதையும், மதிப்பும் தனுஷுக்கு மருந்துக்கும் கிடைக்கவில்லை. சொல்லப்போனால் அவர் கண்டுகொள்ளப்படவே இல்லை. அதற்காக அவர் முடங்கிப்போகவில்லை.

தனுஷ் விருப்பப்பட்டு சினிமாவுக்குள் வரவில்லை. அது ஒரு தற்செயல் விபத்து என்றுகூட கூறலாம். அப்பா, அண்ணன் மூலம் சினிமாவுக்கு வந்த தனுஷ் ஆரம்பத்தில் தடுமாறினார். ஆனால், அடுத்தடுத்துத் தன்னை தகுதிப்படுத்திக் கொண்டார்.

ஒடுக்கப்பட்ட மக்களின் பிரதிநிதி!

தெரிந்தோ தெரியாமலோ 'துள்ளுவதோ இளமை', 'புதுப்பேட்டை', 'மரியான்' என நிறைய படங்களில் மீனவக் குடும்பத்தைச் சேர்ந்தவராகவும், பெரும்பாலான படங்களில் ஒடுக்கப்பட்ட சமூகத்தை அல்லது விளிம்புநிலை சமூகத்தைச் சார்ந்த இளைஞராகவும் தனுஷ் நடித்துள்ளார்.

'காதல் கொண்டேன்' படத்தில் நடித்த தனுஷை யார் இந்த இளைஞன்? என்று தமிழ் சினிமா திரும்பிப் பார்த்தது. ஏனெனில், இரண்டாவது படத்திலேயே எதிர் நாயகனாக நடிப்பது அவ்வளவு சுலபமல்ல. ஆனாலும், தனுஷ் எனும் நடிகனை ஏற்றுக்கொண்டதற்குக் காரணம் புறக்கணிப்பின் வலியை, தாழ்வு மனப்பான்மையில் உழலும் தவிப்பை, இட

ஒதுக்கீட்டில் இன்ஜினீயரிங் சீட் கிடைத்த மாணவனின் திறமையை, கெட்டுப்போன சாப்பாடாக இருந்தாலும் அதையே அப்படியே அள்ளி விழுங்கிய வறுமையின் நிழலை அப்படியே பிரதிபலித்தார் தனுஷ்.

தனுஷ் இன்ஜினீயரிங் கல்லூரியில் சேரும் முதல் நாள் ஓர் ஆட்டோக்காரனிடம் அடிவாங்கி அவமானப்பட்டு, வியர்க்க விறுவிறுக்க கல்லூரி வகுப்புக்குள் நுழைகிறார். பாடம் நடத்தும் பேராசிரியரிடம் அனுமதிக் கடிதம் கொடுக்கிறார். 'ஸ்டூடண்ட்டா நீ?' என்று ஏளனத்துடன் கேட்கும் அவர், 'ஏதாவது ஒரு கோட்டாவுல உள்ளே நுழைஞ்சிடுறானுங்க... இவங்ககூடல்லாம் தாலியறுக்கணும்னு என் தலையில எழுதியிருக்கு' என்று அலுத்துக்கொள்கிறார்.

இரவில் பகுதி நேரமாக சர்வர் வேலை செய்துவிட்டு பகலில் வகுப்பில் தூங்கி விடுகிறார் தனுஷ். 'அப்போது 2 நாள் ப்ரபரேஷன்... 6 புக் ரெஃபரன்ஸ் எடுத்து இந்தக் கணக்கைப் போடுறேன். இந்த பிராப்ளம் புரியலைன்னா அடுத்த நாளும் சொல்லித் தர்றேன்' என்று பேராசிரியர் ஒருவர் ஏகப்பட்ட பில்டப் கொடுக்கிறார். அப்போது தூங்கிக்கொண்டிருக்கும் தனுஷின் முகத்தில் டஸ்ட்டரைத் தூக்கி எறிகிறார்.

'ஃப்ரீயா சீட்டு, ஃப்ரீயா சாப்பாடு... தின்னுட்டு இங்கே வந்து தூங்குவீங்க. வெட்கமா இல்லை... ப்ராப்ளம்... படிக்காவது தெரியுமா? உனக்குத் தெரியாதுன்னு தெரியும். இதை முன்னே பின்னே பார்த்திருக்கியா? நீ எதுக்குமே லாயக்கில்லை... தொடப்பக்கட்டை மாதிரியாவது நில்லு' என்று அவமானப்படுத்துகிறார்.

தனுஷ் எந்த ஆர்ப்பாட்டமும் இல்லாமல் அந்தச் சிக்கலான, புதிர் மிகுந்த கணக்கை சத்தமில்லாமல் போட்டுமுடித்துவிட்டு மறுபடியும் அமைதியாகத் தூங்குவார்.

நீட் தேர்வு ரத்து என்ற கோரிக்கையும், மருத்துவப் படிப்பில் அகில இந்திய ஒதுக்கீட்டில் ஓபிசிக்கு இடஒதுக்கீடு குறித்த வழக்கும் நடந்துகொண்டிருக்கும் தருணம் இது.

கோட்டாவில் வந்தால் கோட்டுவா விடத்தான் லாயக்கா? அதுதான் பொதுப்புத்தி என்றால், அதன்மீது கல்லெறிந்து கோட்டாவில் வரும் மாணவன் முட்டாள் இல்லை, அவன்

ஜீனியஸ்தான் என்பதை சத்தமில்லாமல் உணர்த்த தனுஷின் நடிப்பு பயன்பட்டுள்ளது.

'புதுப்பேட்டை', 'பொல்லாதவன்', 'யாரடி நீ மோகினி', 'குட்டி', 'தேவதையைக் கண்டேன்', 'ஆடுகளம்', 'தொடரி', 'வடசென்னை', 'அசுரன்', 'கர்ணன்' என பெரும்பாலான படங்களில் விளிம்புநிலைச் சமூகத்தைச் சார்ந்த இளைஞனாகவே தனுஷ் நடித்துள்ளார் என்பதை ரீவைண்ட் செய்து அறிந்துகொள்ளலாம்.

பலவீனங்களைப் பலங்களாக மாற்றிய கலைஞன்

நிறைய தாதா சினிமாக்களுக்கு மத்தியில் வந்த 'புதுப்பேட்டை' 2006-ம் ஆண்டில் வெளியானபோது கொண்டாடப்படவில்லை. இப்போது தொலைக்காட்சிகளில் ஒளிபரப்பப்படும்போதெல்லாம் தோளில் தூக்கிவைத்து ரசிகர்கள் கொண்டாடுகிறார்கள். நெட்டிசன்கள் ட்ரெண்ட் செய்கிறார்கள்.

தனுஷின் ஒல்லிப்பிச்சான் உடல்வாகு ரவுடிக்கான தோற்றத்தை முன்னிறுத்தவில்லை என்பது படம் வெளியான சமயத்தில் பெரும் குறையாகச் சொல்லப்பட்டது. படத்தின் வெற்றியைத் தடுத்த காரணி இதுதான் என்று விவாதிக்கப்பட்டது. ஆனால், அதே உடல்வாகுதான் இன்று தனுஷை பள்ளிக்கூட மாணவனாக நடித்தால் ஏற்க வைக்கிறது. மீசை எடுத்தால் ஸ்கூல் பையன், தாடி வெச்சா ரவுடி என நம்பகத்தன்மையை வரவைக்கிறது.

சிவாஜி, கமல், விக்ரம் போன்ற முன்னோடிக் கலைஞர்களைப்போல தனுஷால் எடையைக் கூட்டவோ, குறைக்கவோ முடியாதுதான். ஆனால், கதாபாத்திரத்துக்கான பரிமாணத்தை மிகச் சாதாரணமாக நடிப்பில் கடத்திவிடக்கூடிய அசாத்தியத் திறமை தனுஷுக்கு இருக்கிறது என்பது நிதர்சனம்.

'மரியான்' படத்தில் சூடான் தீவிரவாதிகளிடம் சிக்கியபோதும், பணிபுரியும் நிறுவனத்திடம் நிலைமையைச் சொல்லிப் பணம் கேட்காமல் காதலி பனிமலரிடம் தொலைபேசியில் கசிந்துருகி முத்தம் கொடுத்து நடிப்பால் இதயத்தில் இடம் பிடிக்கிறார் தனுஷ்.

'பொல்லாதவன்' படத்தில், அப்பாவை மருத்துவமனையில் அனுமதித்த வேளையில், அங்கு வரும் ரவுடிகளிடம் பேசும்போது

கண்ணில் கோபம் தெறிக்க, 'போட்றா பார்க்கலாம்' என்று டேனியல் பாலாஜியிடம் நடிப்பால் மிரட்டிய தனுஷை அவ்வளவு சீக்கிரம் கடந்துசெல்ல முடியாது.

'3' படத்தில் கழுத்துக்குக் கீழே கத்தியை வைத்துக்கொண்டு தற்கொலை செய்துகொள்ள முடியாமல் கலங்கி அழுது நம் கண்களிலும் நீர் திரளவைத்தார்.

'வடசென்னை' படத்தில் துரோகத்துக்கும் விசுவாசத்துக்கும் உள்ள மிகப்பெரிய வித்தியாசத்தை நடிப்பில் நிறுத்தி, அன்பு ராஜனாக மாறும் படிநிலையில் பக்குவமான, தேர்ந்த நடிப்பைப் பாராட்ட வார்த்தைகள் இல்லை.

அசுரனில் மூத்த மகனுக்காக ஊரார் காலில் விழுந்து மன்னிப்புக்கேட்டு, தளர்வாக நடக்கும் காட்சி மிக முக்கியமானது. நெல்லை, புழுதிமண்ணின் நடுத்தர வயதுத் தகப்பனை அப்படியே கண்முன் நிறுத்தி, நடிப்பின் உச்சம் தொட்ட தனுஷை வாழ்த்தாமல் இருக்க முடியுமா?.

'கர்ணன்' படத்தில் தன் ஊரில் பஸ்ஸை நிறுத்தாத கோபத்துடன், காலில் தொடர்ந்து ஃபுட்போர்டை அடித்து பஸ்ஸிலிருந்து எகிறிப்போய் புதருக்குள் விழுந்து ஆதங்கத்தை அப்படியே வெளிப்படுத்தினார்.

உறவுச் சிக்கல், உளச் சிக்கலைப் பூரணமாக வெளிப்படுத்தும் குணாளன்.

தனுஷின் ஆரம்பகாலப் படங்களில் இருந்து இப்போதுவரை ரவுடி அல்லது வன்முறையாளர், உளச் சிக்கல் கொண்ட இளைஞர், உறவுச் சிக்கலை எதிர்கொள்ளும் இளைஞர் என்ற 3 குணாம்சங்கள் அவரைவிட்டு விலகாமல் பற்றிக்கொண்டே வருகின்றன

'காதல் கொண்டேன்' படத்தில் புறக்கணிப்பாலும், ஆதரவற்ற நிலையிலும் தன் திறமையை வெளிப்படுத்தாமல் உளச் சிக்கலில் ஆட்பட்டுத் தவிக்கும் வினோத், திவ்யா மூலம் தன் அடையாளத்தை அறிந்துகொள்கிறார். அதன்மூலம் அவர் மீதான பொசசிவ்னெஸ் காரணமாக அந்த உறவைக் கைவிட முடியாமல், ஒருதலைக் காதலால் திவ்யாவைக் கடத்துகிறார்.

'மயக்கம் என்ன' கார்த்திக், தான் மிகப் பெரிதாக நினைத்த புகைப்படக் கலைஞர் தனக்கு வாய்ப்புத் தராமல்

அவமானப்படுத்தும்போதும், தனது புகைப்படத்தை அவர் புகைப்படமாகக்காட்டி விருது வென்றபோதும் விரக்தியின் விளிம்புக்குச்சென்று உளச் சிக்கலுக்கு ஆளாகிறார். உடனிருக்கும் மனைவி யாமினியின் கரு கலையவும் காரணமாகிறார்.

‘3’ படத்தில் காதல், திருமணமாகக் கைகூடிய நிலையில், ‘பைபோலர் டிஸ் ஆர்டர்’ பிரச்னையால் அவதிப்பட்டு மரணத்தின் வாசனையை நுகர்ந்து தன்னைப் பலிகொடுக்கிறார்.

இப்படி தொடர்ந்து மனநலப் பிரச்னையுள்ள கதாபாத்திரங்களில் நடிப்பது சுலபமில்லை. அதனால் வரும் விமர்சனங்களைப் பொருட்படுத்தாமல் தனுஷ் கதாபாத்திரத்தின் தன்மையை உணர்தல், கதாபாத்திர மனநிலையைப் பிரதிபலித்தல், பாத்திரத்துக்கு ஏற்ப உருமாறுதல், தோற்ற வெளிப்பாடு, உடல்மொழி வெளிப்பாடு, வசன உச்சரிப்பு என அத்தனை அம்சங்களிலும் தன்னை நிரூபித்தார்.

உறவுச் சிக்கலை எதிர்கொள்ளத் தெரியாதவரா தனுஷ்?

அப்படி ஒரே அடியாகச் சொல்லிவிட முடியாது.

‘காதல் கொண்டேன்’ திரைப்படத்தின் காட்சியின் மூலம் இதனை விளக்கலாம்.

திவ்யா வீட்டுக்கு குரூப் ஸ்டடிக்குவரும் வினோத், திடீரென்று கதவைத் தாழிடுகிறான். புரியாமல் சின்னதாய் கலவரத்துடன் பார்க்கிறாள் திவ்யா. மெத்தையில் ஓடி ஆடி விளையாடி குளிர்பானங்கள், ஸ்நாக்ஸ் என ரவுண்டுகட்டி முடித்து பாத்ரூம்போய் களைத்துப் படுத்து உறங்குகிறான் வினோத்.

உண்மையில் வினோத்துக்கு என்னதான் தேவை? மறுநாள் காலையில் அதை அவரே சொல்கிறார்.

‘உனக்கு ஏதாவது பிரச்சினையா?’ என்று திவ்யா கேட்கிறாள்.

‘இல்லையே, நான் சந்தோஷமா இருக்கேன். நீதான் என் கூடவே இருக்கியே’ என்று சொல்கிறான்.

சட்டை இல்லாமல் அருகில் தூங்கும் வினோத்தை மடியில் கிடத்தி, தலையை வருடுகிறாள் திவ்யா. அப்போதே வினோத்தின் கண்ணீரில் கெட்டது கரைந்துபோய்கிறது.

'எனக்கு இது போதும்டா. உன்கூட இருக்கணும். அவ்ளோதான். நீ புரிஞ்சுகிட்டா போதும். கூடவே இருந்தால்போதும், நாய்க்குட்டிபோல இருக்கேன். ஒரு மூலையில இருந்துக்கிறேன். கேட்டதெல்லாம் கொண்டு வர்றேன். நீ ஆதியை லவ் பண்றதா நினைக்குற? அதெல்லாம் இல்லடா. உன்னை ஹாஸ்பிடல்ல சேர்த்தது நன்றிக்கடன். அதுக்கு தேங்க்ஸ் சொல்லிடு. அதைப்போய் லவ் பண்றதா நினைக்குற மக்கு. நமக்குள்ள இருக்குறதுதான் லவ். எனக்கு ஒன்னுன்னா துடிச்சுப் போற பாரு... அதான் லவ்' என்பான் வினோத்.

'புதுப்பேட்டை'யில் தன் நண்பன் மணியின் தங்கை திருமணத்துக்குத் தாலி எடுத்துக்கொடுத்து ஆசிர்வாதம் செய்ய வந்தவன், தானே தாலி கட்டுகிறான். அங்கே கொக்கி குமாருக்கு எந்த உறுத்தலும் இல்லை.

'மயக்கம் என்ன' படத்தில் நண்பன் சுந்தர் ஒருதலையாகக் காதலிக்கும் பெண் யாமினி. அவர் கார்த்திக்கைக் காதலிப்பது தெரியவர, சிறிய தடுமாற்றத்துக்குப் பிறகு கார்த்திக்கும் காதலிக்கிறார். இதில் இருவருக்கும் எந்தக் குற்ற உணர்ச்சியும் இல்லை. நண்பன் சுந்தர், கார்த்திக்கின் தங்கையைத் திருமணம் செய்துகொள்கிறார். இந்தத் தலைமுறை உறவுச் சிக்கலை எவ்வளவு சர்வ சாதாரணமாகக் கடக்கிறது என்பதை இதில் உணர முடிகிறது.

'ஆடுகளம்' படத்தில் குரு மீது கொண்ட விசுவாசம் காரணமாக பேட்டைக்காரனின் அழுக்கு முகத்தை அப்படியே தனக்குள் பொத்திவைத்துக் கொள்கிறான் கருப்பு. அப்பாவைப் போன்ற அவரை அசிங்கப்படுத்துவதில், அவமானப்படுத்துவதில் கருப்புவுக்கு துளியும் உடன்பாடு இல்லை. அதனாலேயே அந்த உண்மையை அப்படியே பூட்டிவைத்துக்கொண்டு காதலியுடன் வெளியூர் செல்கிறான்.

வினோத், கொக்கி குமார், கார்த்திக், கருப்பு என உறவுச் சிக்கல்கொண்ட கதாபாத்திரங்களில் தன் தேர்ந்த நடிப்பை தனுஷ் வழங்கியுள்ளார்.

வசன உச்சரிப்பு, நகைச்சுவையில் அப்ளாஸ் அள்ளும் நடிகன்.

தனுஷின் வசன உச்சரிப்பும் படத்துக்குப் படம் மெருகேறி இருப்பதைக் காணலாம். 'திருவிளையாடல் ஆரம்பம்' படத்தில்

பெண்களை ஆண்கள் ஃபாலோ செய்வது, காதலிக்க வைப்பது குறித்து ஐந்து நிமிடம் மூச்சுவிடாமல் பேசுவார் தனுஷ். அது கொஞ்சம் பெண்களை டீஸ் செய்வதுபோல இருக்கும். ஆனால், அதே பாணியில் 'வேலையில்லா பட்டதாரி' படத்தில் வில்லனிடம் மூச்சுவிடாமல் இன்ஜினீயரிங் படித்து வேலை கிடைக்காமல் இருக்கும் மாணவர்களின் வலிகளைப் பதிவு செய்வார். ரஜினி ஸ்டைலில் தனுஷ் பேசி இருந்தாலும் அது பரவலான வரவேற்பைப் பெற்றது.

நகைச்சுவையில் தனுஷ் தன் முழுத் திறமையைப் பல படங்களில் நிரூபித்துள்ளார். 'திருவிளையாடல் ஆரம்பம்' படத்தில் தம்பியுடனான காட்சிகள், 'குட்டி' படத்தில் ஸ்ரேயாவின் காதலனாக அர்ஜுன் (சமீர்) குழுவினரிடம் பேசுவது, 'யாரடி நீ மோகினி' படத்தில் கிராமத்துக் காட்சிகள், 'உத்தம புத்திரன்' படத்தில் விவேக்குடன் இணைந்து ஜெனிலியாவின் மாமா குடும்பத்தை ஏமாற்றுவது, 'மாரி' படத்தில் ரோபோ ஷங்கர், கல்லூரி வினோத்தை சதாய்ப்பது என அந்தப் பட்டியல் பெரிது.

தனுஷ் மாரியா? அசுரனா?

'திருடா திருடி', 'வேலையில்லா பட்டதாரி' படங்களின் அவுட்லைன் ஒரே மாதிரிதான் இருக்கும். முதல் பாதி முழுக்க சேட்டை செய்யும் இளைஞன், இரண்டாம் பாதி முழுக்க பெற்றோரின் சொல்படி நல்ல பிள்ளையாய் நடக்கும் பையன். கிட்டத்தட்ட இது ரஜினி ஃபார்முலாவாக இருந்தாலும் வணிக வெற்றிக்காக தன்னை ஒரு என்டர்டெயினராகத் தக்க வைத்துக்கொள்வதற்காக தனுஷ் இதுபோன்ற கமர்ஷியல் படங்களில் நடித்து வருகிறார். 'தேவதையைக் கண்டேன்', 'திருவிளையாடல் ஆரம்பம்', 'படிக்காதவன்', 'மாப்பிள்ளை', 'உத்தமபுத்திரன்', 'குட்டி', 'வேங்கை', 'வேலையில்லா பட்டதாரி', 'அனேகன்', 'மாரி', 'கொடி', 'மாரி 2', 'பட்டாஸ்', 'எனை நோக்கிப் பாயும் தோட்டா' எனப் பல படங்கள் இதில் அடக்கம்.

அதேசமயம் கமர்ஷியல் கல்லா கட்டுவதே குறிக்கோள் என்று தனுஷ், தன் சினிமா வாழ்க்கையை வடிவமைத்துக் கொள்ளவில்லை. 'புதுப்பேட்டை', 'அது ஒரு கனாக்காலம்', 'ஆடுகளம்', 'ஷமிதாப்', 'மயக்கம் என்ன', '3', 'மரியான்', 'வடசென்னை', 'அசுரன்' என அதிகப் படங்களில் பரிசோதனை

முயற்சிகளுக்குத் தன்னை ஒப்புக்கொடுத்துவிட்ட தனுஷின் கலைத் தாகத்தையும் கவனிக்க வேண்டும்.

அப்படி என்றால் தனுஷ் மாரியா? அசுரனா? என்று கேட்டால் ஃபெர்பார்மர், என்டர்டெயினர் என்ற டபுள் ரோல்களிலும் அவர் அசத்துகிறார் என்பதே மறுக்கமுடியாத உண்மை.

வழக்கமான ரவுடி சினிமாவா மாரி?

இத்தனைக்கும் மாரி வழக்கமான ரவுடி சினிமா இல்லை. பொதுவாக ரவுடி, தாதா, கேங்ஸ்டர் என்றால் அளவாகப் பேசுபவர்களாக, கண் அசைந்தால் காரியத்தை முடிக்கும் அடிப்பொடிகள் வைத்திருப்பவர்களாகவே இருப்பர். ஆனால், மாரி அப்படியல்ல. கெத்தாகத் திரிந்தாலும் அடிப்பொடிகளாக இருக்கும் ரோபோ ஷங்கரும், கல்லூரி வினோத்தும் அவரைக் கலாய்க்க அனுமதிப்பார்.

'போற வர்றவனை அடிக்குற பெயிண்ட் அடிக்கமாட்டியா? ஆட்டோவை வாய்ல ஓட்டினா பத்தாது. ஸ்டார்ட் பண்ணி ஓட்டணும்', 'அந்தப் பொண்ணுக்கு கரெக்ட் நீ இல்லைன்னு எங்களுக்குத் தெரியுது. அந்த பவுடர் மூஞ்சிக்கு தெரியலையே.' என்று இஷ்டத்துக்கும் ரோபோ ஷங்கர் கலாய்த்தாலும் அதை ஒரு எல்லைவரை அனுமதிக்கும் மாரி, உடனே தன் மீதான மரியாதைக்குப் பங்கம் வராமல் பார்த்துக்கொள்வார்.

தன் மீதான பயத்தை ஏரியா மக்களிடம் விதைத்துக்கொண்டே இருப்பார். அதேசமயம் சின்னக் குழந்தைகளின் பலூன்களை உடைப்பது, 'இவ்ளோ டி.வி. இருக்குது... ஒரு டி.வி.ல கூட ஏன் இந்தியா ஜெயிக்கலை?' என இம்சை கூட்டுவது, 'ஏன்டா பீர் விலையை ஏத்துறாங்க' என்று காண்டாவது, ஆட்டோ ஓட்டுநர் ஆனதும் அருகில் இருப்பவர்களையும் ஆட்டோவில் அள்ளிப்போட்டுக்கொண்டு பணம் கறப்பது என ஜாலியாக சேட்டை செய்யும் தாதாவை அதற்குமுன் பார்த்ததில்லை.

கூட்டு உழைப்பின் அசுரன்

28-வது வயதில் 'ஆடுகளம்' படத்துக்காக சிறந்த தேசிய விருது பெற்ற நடிகர், 'காக்கா முட்டை', 'விசாரணை' படங்களின் இணை தயாரிப்பாளராகப் பங்கு பெற்றார். அந்தப் படங்களும்

தேசிய விருதுகள் பெற்று தனுஷுக்கும் வெற்றிமாறன், மணிகண்டனுக்கும் பெருமை சேர்த்தன.

'ப.பாண்டி' படத்தின் மூலம் இயக்குநராகவும் ஒரு ஃபீல் குட் கமர்ஷியல் படத்தைக் கொடுத்து இயக்குநர் வரிசையிலும் அழுத்தமாக இடம்பிடித்துள்ளார்.

'3' படத்தில்தான் அனிருத் ஆச்சர்ய வரவாக, இசையமைப்பாளராக அறிமுகம் ஆனார். அவரின் இசையில் 'ஒய் திஸ் கொலவெறி' பாடல் உலக அளவில் ஹிட்டானது. இன்று தமிழ் சினிமாவில் கவன ஈர்ப்பு மிகுந்த இசையமைப்பாளராக அனிருத் உள்ளார்.

அதே படத்தில் நடித்த சிவகார்த்திகேயனுக்கு 'எதிர்நீச்சல்', 'காக்கி சட்டை' படங்களைத் தயாரித்துக் கொடுத்து கமர்ஷியல் நாயகனாக தனித் தடம் பதிக்க வைத்தார். விஜய் சேதுபதியின் நடிப்பில் 'நானும் ரவுடிதான்' படத்தைத் தயாரித்ததன் மூலம் அடுத்த தலைமுறை நடிகர்களையும் அரவணைத்தார்.

'பரட்டை என்கிற அழகுசுந்தரம்' படத்தின் ஒளிப்பதிவாளராகப் பணியாற்றிய வேல்ராஜ் தனுஷ்–வெற்றிமாறன் படங்களில் ஆஸ்தான ஒளிப்பதிவாளராக மாற, அவர் இயக்கத்தில் 'வேலையில்லா பட்டதாரி', 'தங்கமகன்' படங்களில் நடித்தார் தனுஷ்.

தன்னைச் செதுக்கிய செல்வராகவன், வெற்றிமாறன் படங்களில் தொடர்ந்து அடுத்தடுத்து நடிக்க உள்ளார். 'திருடா திருடி', 'சீடன்' படங்களை இயக்கிய சுப்பிரமணிய சிவாவை 'வடசென்னை', 'அசுரன்' எனத் தன் படங்களில் தொடர்ந்து நடிகராகப் பயன்படுத்தி வருகிறார்.

தனுஷ் சொல்லும் செய்தி

36 வயதில் 40க்கும் மேற்பட்ட தமிழ்ப் படங்கள், 28–வது வயதில் தேசிய விருது, 'ராஞ்சனா', 'ஷமிதாப்' என இரு இந்திப் படங்கள் மூலம் இந்திய சினிமாவையே திரும்பிப்பார்க்க வைத்தவர், 'தி எக்ஸ்ட்ராடினரி ஜர்னி ஆஃப் ஃபகிர்' எனும் பிரெஞ்சுப் படத்தின் மூலம் சர்வதேச சினிமாவுக்குள்ளும் தன் ஆற்றலை வெளிக்கொணர்ந்தவர் தனுஷ். இதை அவர் நடிக்க வந்த 20 ஆண்டுகள் சாத்தியப்படுத்தி இருப்பதும் கவனிக்கத்தக்கது.

'நினைக்காதது வேணும்னா நடக்காம இருக்கலாம். ஆனால், நினைக்கிறது கண்டிப்பா நடந்தே தீரும்' – இது 'மரியான்' படத்தின் வசனம்.

தனுஷின் சினிமா கெரியர் சொல்லும் அழுத்தமான செய்தி இதுதான். பள்ளிக்காலத்தில் செஃப் எனும் சமையல் கலை நிபுணராக மாறுவதில் ஆர்வம் இருப்பதாகச் சொன்ன தனுஷ்தான் இன்று சர்வதேச சினிமாவுக்குள் காலடி எடுத்து வைத்து அசாத்தியத் திறமையால் விழிகளை வியக்க வைக்கிறார்.

உன் திறமை மீது நம்பிக்கை வை. நடக்கும் என்று நம்பி கடினமாக உழை. நீ நினைப்பது நடந்தே தீரும். இதுவே தனுஷ் நடிகர்களுக்கும் ஏன் சாதிக்கத் துடிக்கும் ஒவ்வொருவருக்கும் சொல்லும் செய்தியாக உள்ளது.

37 வயதில் ஓர் ஆளுமையாக தன்னை நிறுவிக்கொண்ட தனுஷ், இன்னும் அரை நூற்றாண்டு ஆனாலும் தமிழ் சினிமாவின், இந்திய சினிமாவின் முகமாகவும் முகவரியாகவும் இருப்பார்.

* * *

வெரைட்டி நாயகன் ஜெயம் ரவி

ஒரு நடிகனின் தனிப்பட்ட குணாம்சம், உடல் மொழியே தனி ஒளிவட்டத்தை ஏற்படுத்தி உச்சம் பெற வைக்கும் என்பதற்கான சரியான உதாரணம் ஜெயம் ரவி. காதல், காமெடி, ஆக்ஷன், ஜாம்பி, சயின்ஸ் ஃபிக்ஷன், ஸ்போர்ட்ஸ் என எந்த ஜானரராக இருந்தாலும் மையச் சரடாக குடும்பக் கட்டமைப்பு இருக்கும். அதுவே அவரது வெற்றிக்கான ஃபார்முலா ஆனது. அவருடன் நடிக்கத் தொடங்கியவர்கள், போட்டியாளர்கள் என யாரை எடுத்துக்கொண்டாலும் ஜெயம் ரவி அளவுக்கு யாரும் காதல், சென்டிமென்ட் படங்களில் கவனம் செலுத்தவில்லை என்றே சொல்லலாம்.

12 வயதில் பரதநாட்டியக் கலையைக் கற்று, அரங்கேற்றம் செய்தார் ரவி. 'பாண்டித்துரை'

தெலுங்கு ரீமேக்கிலும், 'கிழக்குச் சீமையிலே' படத்தின் தெலுங்கு ரீமேக் அப்பா தயாரிப்பு என்பதாலும் குழந்தை நட்சத்திரமாக ரவி நடித்தார். லயோலா கல்லூரியில் விஷுவல் கம்யூனிகேஷன் படிப்பு, மும்பையில் நடிப்புப் பயிற்சி என்று முனைப்புக் காட்டிய ரவி, சுரேஷ் கிருஷ்ணா இயக்கத்தில் கமல் நடித்த 'ஆளவந்தான்' திரைப்படத்தில் உதவி இயக்குநராகப் பணியாற்றினார். அது 2001ஆம் ஆண்டு. அதே ஆண்டில்தான் மலையாளத்தில் ஹிட்டடித்த 'தென்காசிப் பட்டணம்' படத்தைத் தெலுங்கில் 'ஹனுமான் ஜங்ஷன்' என்ற பெயரில் ரீமேக் செய்தார் ரவியின் அண்ணன் ராஜா. எடிட்டர் மோகன் அப்போது மிகச் சரியாகக் கணக்குப் போட்டார் என்றுதான் சொல்லவேண்டும். மூத்த மகனை இயக்குநராக்கியவர், இளைய மகனை நடிகனாக்கி அழகு பார்த்தார்.

ட்ரெண்ட் செட்டர் படம்

2003-ல் அண்ணன் ராஜா இயக்க, தம்பி ரவி நாயகனாக நடிக்க, அப்பா மோகன் தயாரிக்க 'ஜெயம்' படம் உருவானது. தெலுங்குப் படத்தின் ரீமேக்தான் என்றாலும் பெயருக்கேற்ற மாதிரி ஜெயம் பெரிய அளவில் வெற்றி பெற்றது. அன்றிலிருந்து ராஜாவும், ரவியும் ஜெயம் ராஜா, ஜெயம் ரவி என்றே அழைக்கப்படுகின்றனர்.

எளிய குடும்பத்து இளைஞர், கல்லூரியில் தன்னுடன் படிக்கும் கொஞ்சம் வசதி படைத்த பெண்ணைக் காதலிக்கிறார். அதனால் எதிர்ப்பு எழுகிறது என்ற வழக்கமான ஒன்லைன்தான். ஆனால், அந்தக் காலகட்டத்தில் மீண்டும் காதல் கதைகள் வெற்றி பெறும் என்ற நம்பிக்கையை விதைத்த ட்ரெண்ட் செட்டர் படமாக 'ஜெயம்' அமைந்தது. அம்மாவின் ஆசியுடன் காதலியைக் கைப்பிடிக்கும் இயல்பான இளைஞனாக ஜெயம் ரவி துள்ளலான நடிப்பைக் கொடுத்து அறிமுக நாயகனுக்கான அத்தனை கிரெடிட்டுகளையும் அள்ளிச் சென்றார்.

தமிழ்ப் படத்தில் அண்ணன் இயக்குநர், தம்பி ஹீரோ என்ற கூட்டணி இருவரையும் அண்ணாந்து பார்த்த தருணம் அது. 2003 ஜூன் மாதம் 21ஆம் தேதி 'ஜெயம்' ரிலீஸ் ஆனது. அடுத்த மாதத்தில் செல்வராகவன் இயக்கத்தில் தனுஷ் நடித்த 'காதல் கொண்டேன்' (4 ஜூன் 2003) ரிலீஸ் ஆனது. ஜெயம்

ரவி, தனுஷை அவர்களின் அண்ணன்களே அடுத்தடுத்து செதுக்கினார்கள் என்பதை படப் பட்டியல்கள் மூலமே உணரலாம்.

ரிஸ்க் இல்லா ரீமேக் படங்கள்

'ஜெயம்' ரீமேக் படத்தை அடுத்து 'எம்.குமரன் சன் ஆஃப் மகாலட்சுமி' என்ற ரீமேக் படத்திலும் அண்ணனும் தம்பியும் இணைந்தனர். ஆவேசமும் பாசமும்மிக்க குத்துச்சண்டை வீரனாக ஜெயம் ரவி பக்குவமான நடிப்பில் முத்திரை பதித்தார். அடுத்தடுத்து 'தாஸ்', 'மழை', 'இதயத்திருடன்' என்று காதல் படங்களில் நடித்தாலும் அவை பெரிய அளவில் கைகொடுக்கவில்லை. அதனால், மீண்டும் அண்ணனிடமே ஐக்கியமானார். அண்ணனும் தெலுங்குப் படத்தை ரீமேக் செய்து தமிழில் 'உனக்கும் எனக்கும்' என இயக்கினார். ஜெயம் ரவி, த்ரிஷா ஜோடியின் ரொமான்ஸ் பேசப்பட்டது. அதிரி புதிரி ஹிட்டானது. ஜெயம் ரவி, குடும்பங்கள் கொண்டாடும் நாயகன் ஆனார்.

கதாபாத்திரங்கள் இரு அம்சங்களால் முழுமை அடைகின்றன. முதலாவது, அதைக் காட்சிகளாலும், வசனங்களாலும் விளக்கி எழுதுதல். இரண்டாவது, நடிகர் அப்பாத்திரத்தை ஏற்று உணர்ந்து நடித்தல். அந்த இரண்டாவது அம்சத்தை ஜெயம் ரவி அவ்வளவு லாவகமாகச் செய்ததே அவரது அடுத்தடுத்த வெற்றிகளுக்குக் காரணமாக அமைந்தது.

'தீபாவளி' படத்துக்குப் பிறகு மீண்டும் அண்ணனிடம் சரணடைந்த ஜெயம் ரவி, 'சந்தோஷ் சுப்பிரமணியம்' ரீமேக் படத்தின் மூலம் அடுத்தகட்ட வளர்ச்சியை அடைந்தார். ரீமேக் படங்களில் 'தாஸ்' மட்டுமே வசூல் ரீதியாக வெற்றி பெறவில்லை. ரிஸ்க் இல்லாத ரீமேக் படங்கள் மூலம் குடும்பத்துக் கதைகளில் நடிக்கும் நல்ல பையன் என்று பெயர் எடுத்ததோடு, கதாநாயகனாகவும் வியாபார ரீதியில் வளர்ந்தார்.

ஆக்ஷன் அறுவடை

'பேராண்மை' திரைப்படம் சர்வதேச அரசியலின் அடிப்படையை அப்படியே இம்மி பிசகாமல் எடுத்துரைக்க, காதல் நாயகனுக்கே உரிய அம்சங்களைக் கழற்றி எறிந்துவிட்டு

கவனிக்க வைத்தார். குரல் மொழியும் ஜெயம் ரவிக்கு இந்தப் படத்தில்தான் மாறியது.

மீண்டும் அண்ணன் இயக்கத்தில் 'தில்லாலங்கடி' படத்தில் நடிக்க... அது தோல்வியைத் தழுவியது. தோல்விக்கு இடம் கொடுக்காத எவராலும் வெற்றியை நோக்கி நகர முடியாது என்பதை உணர்ந்த ஜெயம் ரவி, 'எங்கேயும் காதல்' படத்தின் மூலம் ரோமியோவாக மாறி, நடிப்பின் அடுத்தடுத்த எல்லைகளுக்கு ஆயத்தமானார்.

அமீரின் 'ஆதி பகவன்' படத்தின் மூலம் சிறந்த நடிகன் என்பதை நிரூபித்தார். திருநங்கை பகவான் கதாபாத்திரத்தில் லிப்ஸ்டிக் சகிதம் அலட்சியமான பார்வையில், அசாத்திய உடல்மொழியில், மாறுபட்ட நடிப்பில் கவனம் ஈர்த்தார். அந்த ஆக்ஷன் இமேஜை முழுமையாக அறுவடை செய்த படம் 'தனி ஒருவன்'. ஜெயம் ராஜா – ஜெயம் ரவி இணையின் பிரமாதமான படமாகவும், தனி அடையாளத்துடனும் 'தனி ஒருவன்' பேசப்பட்டது. ஐ.பி.எஸ். அதிகாரியாகவும், மிகப்பெரிய குற்றங்களைச்செய்யும் குற்றவாளியைக் கண்டுபிடிக்கும் இடத்திலும் கச்சிதமான நடிப்பை ஜெயம் ரவி கொடுத்து ஆச்சரியப்படுத்தினார்.

வெரைட்டி கதாபாத்திரங்கள்

நடிகர்கள் ஒரேமாதிரியான படங்களில் நடிக்கும் மாடல்கள் அல்ல. ஒரு படத்தின் திரைக்கதையில் முக்கிய அங்கமாக இருக்கவேண்டும் என்பதில் ஜெயம் ரவி உறுதியாக இருந்தார். அதனால்தான் 'ரோமியோ ஜூலியட்' படத்தில் காதலிக்குப் புத்தி சொல்லும் காதலன், சகலாகலா வல்லவனில் மனைவிக்குப் பாடம் புகட்டும் கணவன், 'பூலோகம்' படத்தில் உடல் எடையைக் கூட்டி, குத்துச்சண்டையின் பெருமையை உலகறியச் செய்யும் வீரன், 'மிருதன்' படத்தில் ஜாம்பிகளிடமிருந்து மக்களைக் காக்கும் காவலன், 'டிக் டிக் டிக்' படத்தில் ஏவுகணையைக் கொண்டு விண்கல்லை உடைக்கும் விண்வெளி வீரர், 'போகன்' படத்தில் வில்லன், நாயகனின் குணாதிசயங்கள் இடம் மாறி வெளிப்படும் தருணங்களில் நம்பமுடியாத நடிப்பு, 'அடங்க மறு' படத்தில் தவறுகளைக்கண்டு பொங்கும் காவல் அதிகாரி, 'கோமாளி' படத்தில் 16 வருடம் கோமாவில் இருந்து நினைவுக்கு

வந்து மனித உறவுகளின் உன்னதம் சொல்லும் இளைஞர், 'பூமி' படத்தில் விவசாயத்தின் மதிப்பை உணர்த்தும் மனிதர் என்று வெரைட்டியான கதாபாத்திரங்களில் நடித்தார். இவை அனைத்திலும் குடும்பமே பிரதானமாகவும் அல்லது கிளைக் கதையாகவும் ஏதோ ஒரு விதத்தில் பார்வையாளர்களுடன் தொடர்புபடுத்திக் கொள்ளும் விதமாகவும் அமைந்துள்ளதைக் காணலாம்.

'பூமி' ஜெயம் ரவியின் 25-வது படம். சினிமாவுக்கு வந்து ஹீரோவான 18 ஆண்டுகளில் 25 படங்களில் நடித்து முடித்துள்ளார் ஜெயம் ரவி. இவருடன் நடித்த பிறகே பலர் முன்னணிக் கதாநாயகிகள் ஆகியிருக்கிறார்கள் என்பதால், கன்னி ராசிப் பையன் என்றும் செல்லமாக அழைக்கபப்படுகிறார். 'பொன்னியின் செல்வன்' மூலம் ஜெயம் ரவிக்கான வாய்ப்பு வாசல்கள் இன்னும் பிரகாசமடையும் என எதிர்பார்க்கலாம்.

* * *

அவசரம் காட்டாத நவரச நாயகன்!

புத்தாயிரத்தின் தமிழ் சினிமா வரலாற்றில் அதிர்ஷ்டசாலி நடிகர் யாரென்று கேட்டால், கண்ணை மூடிக்கொண்டு கார்த்தி என்று சொல்லிவிடலாம். பத்து ஆண்டுகள் நடிப்புப் பயணத்தில் அல்லது பத்து படங்களில் ஒரு நடிகருக்குக் கிடைக்கும் அனுபவமும் பெயரும் அவரது அறிமுகமான 'பருத்திவீரன்' படத்திலேயே கிடைத்தது என்றால் அது மிகையில்லை.

அறிமுகப் படத்திலேயே மிகப்பெரிய ஓப்பனிங், இமாலய வெற்றி, ரசிகர் மன்றம் என்று கார்த்திக்குக் கிடைத்த வரவேற்பை வார்த்தைகளில் சொல்லிவிட முடியாது. 'பராசக்தி' படத்தின் மூலம் சிவாஜிக்குக் கிடைத்த அதே வாழ்த்தும் பாராட்டும் 'பருத்திவீரன்'

படம் வழியே கார்த்திக்குக் கிடைத்ததாக சினிமா ஆர்வலர்கள் சிலாகித்திருக்கிறார்கள். கார்த்தியின் சாதனை அவ்வளவு பெரிதா என்று யோசிப்பவர்கள் அவரைப் பற்றித் தெரிந்துகொள்வது அவசியம்.

அப்பா, அண்ணன் வழியில்...

மெக்கானிக்கல் இன்ஜினீயரிங் படித்த கார்த்தி, அமெரிக்காவில் இண்டஸ்ட்ரியல் இன்ஜினீயரிங்கில் மாஸ்டர் சயின்ஸ் படித்தார். பகுதிநேரமாக அவர் செய்த கிராபிக் டிசைனர் வேலை திருப்தியளிக்கவில்லை. அப்பா, அண்ணன் வழியில் சினிமாதான் தனக்கான பாதை என்று அவர்களின் ராஜபாட்டையில் பயணிக்கத் தீர்மானித்தார். நியூயார்க் பல்கலைக்கழகத்தில் ஃபிலிம் மேக்கிங் படித்து முடித்ததும் மணிரத்னத்திடம் உதவி இயக்குநர் ஆனார். 'ஆய்த எழுத்து' படத்தில் அண்ணன் சூர்யா நாயகனாக நடிக்க, தம்பி கார்த்தி உதவி இயக்குநராகப் பணிபுரிந்தார். சித்தார்த்துடன் ஒரு காட்சியிலும் வந்துபோனார்.

இயக்குநராக நினைத்த 'க்ளீன் ஷேவ் கார்த்திதான், 'பருத்திவீர'னில் அடர்ந்த தாடி, தொடைக்குமேல் டவுசர் தெரிய ஏற்றிக்கட்டிய லுங்கி, கிராமத்து வட்டார வழக்குப் பேச்சுமொழியை அப்படியே பிரதிபலிக்கும் லந்து, உடல் மொழியிலேயே தெனாவட்டைக் காட்டும் லாவகம், போதையில் திரிந்தபடி வாய்ச்சவடால்விட்டே பிறரை மிரட்டும் களியாட்டம், வாழிடத்தின் தன்மை உணர்ந்து, அந்த நிலத்துக்கேற்ற மனிதராக உருமாறியது என்று மதுரை மண்ணில் சண்டித்தனம் செய்யும் இளைஞனாகவே 'பருத்திவீர'னில் தன் கதாபாத்திரத்தைப் பிரதிபலித்தார்.

நவரச நாயகன்

இத்தனைக்கும் சூர்யாவின் வருகைக்குப்பிறகு பத்து ஆண்டுகள் கழித்தே கார்த்தியின் வருகை தமிழ் சினிமாவில் நிகழ்ந்தது. அதற்காக அவர் கவலைப்படவில்லை, எண்ணிக்கை அளவில் படங்களை அதிகப்படுத்துவதில் ஆர்வமோ, அவசரமோ காட்டவில்லை. தரமான படங்களிலேயே கவனம் செலுத்தினார். இதனால் கார்த்தியின் அடுத்த படம் குறித்த எதிர்பார்ப்பும் அதிகமானது.

இரண்டாம் படம் என்பது இயக்குநருக்கு மட்டுமல்ல; நடிகருக்கும் ஆசிட் டெஸ்ட்தான் என்பதை கார்த்தி நன்கு உணர்ந்திருந்தார். சிவகுமார், சூர்யா என்று நிரூபணம் செய்த இரு நடிப்புக் கலைஞர்களைக்கொண்ட குடும்பத்திலிருந்து புறப்பட்டு வந்திருக்கும் மூன்றாம் நடிகர் என்ற புரிதலும் எச்சரிக்கையும் அவரிடம் ஊறிப்போய் இருந்தது.

செல்வராகவன் இயக்கத்தில் கார்த்தி நடித்த 'மாலைநேரத்து மயக்கம்' டிராப் ஆக, அடுத்த படமான 'ஆயிரத்தில் ஒருவ'னில் கைகோத்தார். கார்த்திக்கு நடிப்பு வரவில்லை. நக்கலும் எகத்தாளமுமாக அந்த 'பருத்திவீரன்' கெத்திலேயே இருக்கிறார் என்ற அவச்சொல் வந்துவிடாக்கூடாதென்ற மெனக்கெடல் ஆயிரத்தில் ஒருவனில் அப்பட்டமாகத் தெரிந்தது.

கூலியாக, காமெடி ரவுடியாக, தனித்தீவில் உள்ள மனிதர்களைக்கண்டு அலறிய சாமானியனாக, இயலாமையை வெளிப்படுத்தும் நம்மில் ஒருவனாக, சோழர்களின் தூதுவனாக அழுத்தமாகத் தடம் பதித்த கார்த்தி, 'பையா'வில் நகரத்து இளைஞனாக கலகலப்பான நடிப்பைத் தந்தார். 'நான் மகான் அல்ல' படத்தின் மூலம் நம்ம வீட்டுப் பையன் என்ற அடையாளத்துக்குள் வந்தார். 2010-ம் ஆண்டில்தான் இந்த மூன்று படங்களும் வெளியாகி ஹிட் அடித்தன. அந்த வகையில் 2010, கார்த்தி தனது நவரசங்களையும் வெளிப்படுத்திக்காட்டிய படங்களில் தோன்றிய முக்கியமான ஆண்டு.

பாடம் கற்ற கார்த்தி

'சிறுத்தை' படத்துக்குக் கிடைத்த வெற்றியால் 'சகுனி', 'அலெக்ஸ் பாண்டியன்', 'ஆல் இன் ஆல் அழகுராஜா' என்று வணிக சினிமாவுக்கான ரெடிமேட் நடிப்புக்குள் தன்னை ஒப்படைத்தார். கார்த்தி – சந்தானம் கூட்டணி பேசப்பட்டாலும் படங்கள் போதிய வரவேற்பைப் பெறவில்லை. 'பிரியாணி' ஓரளவு வெற்றிபெற, கார்த்திக்குள் இருக்கும் இயல்பான, மிகை விரும்பா நடிகனை பா.இரஞ்சித்தின் 'மெட்ராஸ்' படம் மீட்டெடுத்தது.

கதைத் தேர்வு மட்டுமே நம்மை மேம்படுத்தும் என்பதை கார்த்தி அனுபவப்பூர்வமாக உணர்ந்தார். அதனால்தான் வேறு வேறு ஜானர்களில் பரிசோதனை முயற்சிகளை மேற்கொண்டார்.

காமெடி கலந்த ஆக்‌ஷனில் அசரடித்த ‘சிறுத்தை’, கம்பீரம் கலந்த கற்பனை வரலாற்றுக் கதாபாத்திரம் ஒன்றில் ‘காஷ்மோரா’, மாமன் உறவில் பிடிப்புகொண்ட ‘கொம்பன்’, உடைந்த குடும்பத்தை ஒட்டவைக்கும் கிராமிய இளைஞனாக ‘கடைக்குட்டி சிங்கம்’, இரக்கமற்ற கொலவெறித் திருடர்களை தேசம் முழுவதும் தேடியலைந்து, உயிரைப் பணயம் வைத்துப் பிடிக்கும் காவல் அதிகாரியாக ‘தீரன் அதிகாரம் ஒன்று’ என நீளும் பட்டியலில், ‘காற்று வெளியிடை’, ‘தேவ்’ ஆகிய படங்கள் சாக்லேட் இளைஞனாகக் காட்டமுற்பட்டதையும், அதற்கு ரசிகர்கள் தந்த எதிர்வினையையும் கார்த்தி உணர்ந்துகொண்டார்.

போலீஸ் அதிகாரியாக இருந்தாலும் ‘சிறுத்தை’ ரத்னவேல் பாண்டியனுக்கும் ‘தீரன் அதிகாரம் ஒன்று’ தீரன் திருமாறனுக்கும் பல வித்தியாசங்களை நுட்பமாகக் காட்டினார். ‘காஷ்மோரா’வில் தளபதி ராஜ்நாயக், அவரது ஆவி, பேயோட்டி காஷ்மோரா என்று இரு கதாபாத்திரங்களில் மூன்று விதத் தோற்றங்களில் மறக்க முடியாத நடிப்பை வழங்கினார். கருந்தாடியைக் கர்வமாகத் தடவிக்கொண்டு படைத் தளபதிக்கான வீரத்தை, நயன்தாரா உள்ளிட்ட பெண்கள் மீதான மோகத்தை வெளிப்படுத்தும் காட்சிகளில் கார்த்தி வேறு ஒரு பரிமாணத்தில் அதிரவைத்தார்.

சில்லிட வைத்த ‘டெல்லி’

‘கைதி’ படத்தில் கார்த்தி ஏற்ற ‘டெல்லி’ கதாபாத்திரம் தோற்றத்தால் மட்டுமே கணிக்க முடியாதது. அதில், மனத்தால் மகளின் பாசத்துக்கு ஏங்கும் இயல்பான தகப்பன் என்று நடிப்பின் எல்லைகளைத் தொட்டார். மகளின் பிறப்பைக் காணமுடியாமல் சிறைப்பறவையாய் மீண்டு எழும் நேரத்தில், சாகசச் சூழலில் சிக்கி, சக மனிதம் காக்க, ஆபத்தின் எந்த எல்லையிலும் பிரவேசிக்கும் முன்னாள் ‘கைதி’யாக மென்மைக்கும் திண்மைக்கும் நடுவில் நின்று, கதாபாத்திரத்தின் எல்லைக்கோட்டை கடந்துசெல்லாத நடிப்புக் கலைஞனாக கார்த்தியால் மிளிர முடிந்திருக்கிறது.

மகள் அமுதாவின் ஒளிப்படத்தை வாட்ஸ்அப்பில் பார்த்துக் கலங்கும் கார்த்தியால் அந்த உணர்வை எப்படிக் கொண்டுவர முடிந்தது? சொந்த வாழ்க்கையில் தன் மகளைப் பிரிந்து ஷூட்டிங்கில் இருக்கும் கார்த்தி, அவருடன் நேரம் செலவழிக்க

முடியாத குற்ற உணர்வைத்தான் படத்தில் அழுகையாகவும் ஏக்கமாகவும் நமக்குள் கடத்தியிருப்பார்.

அதனால்தான் நாம் கார்த்தியின் நடிப்பை மெய்மறந்து சிலாகிக்கிறோம். விஜிக்கும் தனக்குமான காதல் குறித்து எந்த ஃபிளாஷ்பேக் உத்தியையும் பின்பற்றாமல் கார்த்தி, குரல்வழி நடிப்பின் மூலம் கச்சிதமாகக் கதையாக வெளிப்படுத்தும்போது கண்ணீர் சிந்துகிறோம். இது கார்த்தி எனும் கலைஞனுக்குக் கிடைத்த வெற்றியே.

மெத்தட் ஆக்டிங் நடிப்புமுறையின் நீட்சியாக இன்றைய புத்தாயிரத்தின் நடிப்புக் கலைஞர்கள் பலர், தாங்கள் ஏற்கும் கதாபாத்திரத்தை மிகையின்றி வெளிப்படுத்திச் செல்கிறார்கள். அந்த வகையில் யதார்த்தத்துக்கு மிக அருகில் பயணிக்கும் நடிகர்களில் ஒருவராக கார்த்தியும் இடம் பெறுகிறார்.

கதைக்குள் சென்று, கதாபாத்திரத்தைப் புரிந்துகொண்டு அதன் களத்தைத் தேடிச்சென்று அந்த வாழ்க்கையை அனுபவித்து நடித்ததால்தான், கார்த்தியால் 'பருத்திவீரன்' முதல் 'சுல்தான்' வரை 14 ஆண்டுகளில் 20 படங்களில் மட்டும் நடிக்க முடிந்தது. வணிக சினிமாவில், வாழ்க்கைக்கு ஊக்கம் தரும் கதாபாத்திரங்களை நாடும் ஆசிர்வதிக்கப்பட்ட நடிகராக அவரது பரிமாணமும் பயணமும் தொடரட்டும்.

* * *

சிகரம் தொட்ட சிவகார்த்திகேயன்

தமிழ் சினிமாவின் நாயகர்களை வெள்ளி நாயகர்கள் என்று அழைப்பது வழக்கம். அந்த அளவுக்கு ஒவ்வொரு வார வெள்ளிக்கிழமையில் படம் ரிலீஸாகும்போது புதிது புதிதாக நடிகர்கள் வந்துகொண்டே இருப்பார்கள். ஆனால், அத்தனை பேரையும் சினிமா அரவணைத்து ஆசி வழங்குகிறதா என்று கேட்டால் இல்லையென்பதுதான் மறுக்க முடியாத உண்மை.

பல படிகள் கடந்து வந்த நாயகன்

கால் நூற்றாண்டுகள் கடந்து சினிமாவுக்குள் இருந்தாலும் பல நாயகர்கள், நடிகர்கள் காணாமல் போயிருக்கிறார்கள். மறக்கப்பட்ட நடிகர்களின் பட்டியலும் மிகப்பெரிது. இச்சூழலில் சினிமாவுக்கு

வந்து 10 ஆண்டுகள்கூட முழுமையடையாத நிலையில் ஒருவர் முன்னணி நட்சத்திர அந்தஸ்தைப் பெறுவது அரிது. அந்த அரிதினும் அரிதான அம்சத்தில் அசரவைக்கும் நடிகர் யார் என்று யோசித்தால் விரல்விட்டு எண்ணக்கூடிய நடிகர்களே மிஞ்சுவார்கள். அதில் தவிர்க்க முடியாத ஒருவராக சிவகார்த்திகேயனைச் சொல்லலாம். அது அதிர்ஷ்டத்தால் வந்த பெயர், புகழ் என்று நினைத்தால் அது அறியாமையின் வாதம்தான். ஏனென்றால், மிமிக்ரிக் கலைஞர், ஸ்டாண்ட் அப் காமெடியன், தொலைக்காட்சி நிகழ்ச்சித் தொகுப்பாளர், துணை நடிகர், உதவி இயக்குநர், நகைச்சுவை நடிகர் என்று பல படிகளைக் கடந்தே சிவகார்த்திகேயன் நாயகனாக நிலைபெற்றுள்ளார்.

இத்தனைக்கும் சிவகார்த்திகேயனின் சினிமா கரியரின் முதல் புள்ளி கொஞ்சம் மோசமாகவே அமைந்தது. 'ஏகன்' படத்தில் சிறிய கதாபாத்திரத்தில் நடித்தாலும் அக்காட்சி இடம்பெறவே இல்லை. விஜய் டி.வி.யில் ஸ்டாண்ட் அப் காமெடியனாகத் தலைகாட்டியபடி, சிம்புவின் 'வேட்டை மன்னன்' படத்தில் உதவி இயக்குநராகத் தன்னைப் பட்டை தீட்டிக்கொண்டார். அந்தப் படம் வெளியாகவில்லை. பாதியிலேயே டிராப் ஆனது.

ஆனாலும் வாய்ப்பு வேட்டையைத் தொடர்ந்தார். ராசி, சென்டிமென்ட் என்று எதன் மீதும் நம்பிக்கை இல்லாமல் தன் திறமைமீது மட்டும் நம்பிக்கை வைத்தார். மிமிக்ரிதானே, எல்லோரும் வழக்கமாகச்செய்யும் கலையம்சம்தானே என்று பத்தோடு பதினொன்றாய் சிவகார்த்தியேனைப் பட்டியலில் சேர்த்துவிடமுடியாது. காரணம் அவரது செய்நேர்த்திதான். ரஜினியை இமிடேட் செய்வதாக இருந்தாலும் வசனம், உச்சரிப்பு, வார்த்தைகளுக்குள் இருக்கும் இடைவெளி, இடைவெளியை நிரப்பும் அவருக்கே உரிய தனித்துவமான சொற்கள் என அச்சரம் பிசகாமல்செய்து ரஜினி இருக்கும் அதே மேடையில் அவரைப்போல் பேசி அவரையே வசீகரித்தார்.

எதிர்நீச்சல் - நிழலும் நிஜமும்

மக்கள் மனங்களை வெல்லும் சிவகார்த்திகேயனின் டைமிங் சென்ஸை வைத்துதான் இயக்குநர் பாண்டிராஜ் 'மெரினா' படத்தில் அவருக்கு வாய்ப்புக் கொடுத்தார். மெரினா கடற்கரையில் குழந்தைத் தொழிலாளர்களாக உள்ள சிறுவர்களின் வாழ்க்கையைப் பதிவுசெய்த படம்தான் என்றாலும்

அங்கு காதலிக்க வரும் இளைஞனின் கதாபாத்திரத்தில் சிவகார்த்திகேயன் பக்கத்துவீட்டுப் பையன் என்ற தோற்றத்தாலும், நடிப்பாலும் கலகலக்க வைத்தார்.

'மனம் கொத்திப் பறவை'யில் நாயகனாக இருந்தாலும் காமெடி நடிகர்களின் பட்டாளத்துடன் ஒரு நபராகவே வந்து போனார். ஆனால், அவருக்குள் இருக்கும் நடிகரை இனங்கண்டு அடையாளப்படுத்தியதில் தனுஷுக்கு மிகப்பெரிய பங்கு உள்ளது. '3' படத்தில் நகைச்சுவை நடிகராகக் களம் இறக்கியதோடு 'எதிர்நீச்சல்' படத்தைத் தயாரித்து அவரைத் தனி நாயகனாக்கி அழகு பார்த்தார். அதற்குமுன் 'கேடி பில்லா கில்லாடி ரங்கா' படம் வந்தாலும் விமல் – சிவகார்த்திகேயன் எனும் இரு நாயகர்களின் படமாகவே அமைந்துவிட்டது. 'எதிர்நீச்சல்'தான் தனி நாயகனாக சிவகார்த்திகேயன் முழுப் பசிக்குத் தீனி போட்டது.

முதல் பாதி முழுக்க நகைச்சுவை, இரண்டாம் பாதியில் வெற்றிக்கான வெறியுடன் தன்னைத் தயார்படுத்திக்கொண்டு தடகள வீரராய் ஜொலிப்பது எனத் திரைக்கதை வார்க்கப்பட்டிருக்கும். உண்மையில் சிவகார்த்திகேயனின் திரை வாழ்க்கையும் அப்படித்தான் அமைந்துள்ளது. சுமார் 10 படங்களுக்குமேல் நகைச்சுவையை மட்டும் நம்பிக் களம் இறங்கினார். 'வருத்தப்படாத வாலிபர் சங்கம்','ரஜினி முருகன்','மான் கராத்தே','ரெமோ','சீமராஜா','மிஸ்டர் லோக்கல்' என அடுக்கிக்கொண்டே போகலாம்.

ஆனால், 'எதிர்நீச்சல்' தந்த கான்செப்ட் சினிமாவை அவரால் பரிசோதித்துப் பார்க்காமல் இருக்கமுடியவில்லை. அதன் நீட்சிதான் 'வேலைக்காரன்', 'ஹீரோ', 'டாக்டர்', 'அயலான்', 'டான்'ஆகிய படங்கள். இதனிடையே குடும்பங்கள் கொண்டாடும் நாயகனாகத் திகழும் வண்ணம் 'நம்ம வீட்டுப் பிள்ளை'யில் நடித்தார்.

மாய்ந்து மாய்ந்து நடித்து, நடிகர் பட்டம் பெறுவதில் துளியும் விருப்பமில்லாத எண்டர்டெயினராகத்தான் சிவகார்த்திகேயன் தன்னை முன்னிறுத்தி வருகிறார். எம்.ஜி.ஆர்., ரஜினி, விஜய் ஃபார்முலாதான் இது. ஆனால், அதில் எந்தக் குறையும் இல்லாமல் நிறைவாகக் கொடுக்கவேண்டும் என்பதில் தெளிவாக உள்ளார் என்பதை டான்ஸ், சண்டைக்காட்சி, நகைச்சுவைக் காட்சிகளில் பார்க்க முடிகிறது.

ரோபோ நடிகரா?

சிவகார்த்திகேயனின் மிகப்பெரிய பலமே நகைச்சுவைதான். சமயோசிதமாகப் பேசும் வசனங்களால் சிரிக்க வைத்துவிடுவார். ஆனால், 'டாக்டர்' படத்தில் ஒரு ரோபோ மாதிரி இருந்தார். உடன் இருந்தவர்கள் எல்லாம் காமெடியில் ஸ்கோர் செய்து அப்ளாஸை அள்ளிக்கொண்டு செல்ல, இவர் மட்டும் பொம்மையைப் போன்று இருந்தார் என்று விமர்சனங்கள் எழுந்ததை மறுப்பதற்கில்லை. ஆனால், குழந்தைகள் கடத்தல் என்ற மையத்தின் அழுத்தத்தை அப்படியே கடத்துவதற்காகவும், கதாபாத்திர வித்தியாசத்தைக் காட்டவும் இன்னொரு முயற்சிக்கான வாய்ப்பாக அதை எடுத்துக்கொண்டதாகப் பார்க்கலாம். அப்படி இல்லாவிட்டாலும் நகைச்சுவையும் நானே செய்வேன் என்று அடம்பிடிக்காமல் மற்றவர்களுக்கு வாய்ப்பு வாசல்களைத் திறந்துவிட்ட பெருந்தன்மைக்கான அறிகுறியாகவாவது எடுத்துக்கொள்ளலாம். அந்த முயற்சிக்குக் கிடைத்த பலன்தான் ரூ.100 கோடி வசூலைத் தாண்டிய தமிழ் சினிமா நாயகர்களின் கிளப்பில் சிவாவும் இணைய முடிந்தது.

இத்தனைக்கும் வெற்றி ஒன்றே இலக்கு என்று எம்.பி.ஏ. மூளையுடன் சிவகார்த்திகேயன் திட்டமிட்டு காய் நகர்த்தவில்லை. மாறாக, ரசிகர்களுக்கு எதுவெல்லாம் பிடிக்குமோ அதைச் செய்யத் தயங்குவதுமில்லை. ஆரம்பக்கட்டத்தில் இருக்கும் எல்லா நாயகர்களும் பெண் வேடத்தில் நடிக்க விரும்புவதில்லை. சிவா அதிலும் கொஞ்சம் எக்ஸ்ட்ரா எனர்ஜியுடன் 'ரெமோ' படத்தில் செவிலியர் கதாபாத்திரத்தில் நடித்து அசத்தினார். இத்தனைக்கும் பெண் வேடம் என்றால் 5 நிமிடங்கள், 10 நிமிடங்கள் வரும் காட்சியில் நடிப்பது சுலபம். ஆனால், படம் முழுக்க வரும் கதாபாத்திரம் எனும்போது நடை, உடை, பாவனை, குரல் என அனைத்திலும் பெண்ணுக்கான குண இயல்புகளை, நம்பகத்தன்மையை வரவழைப்பது கடினம். ஆனால், அதை அட்டகாசமாகச்செய்து ரசிக்க வைத்தார் சிவா.

பார்ட் 2 பின்னால் ஓடாத துணிவு

எந்தப் படம் ஹிட்டானாலும், ஏன் சுமாராகப் போனாலும் கூட பார்ட் 2 எடுப்பது வழக்கமாகிவிட்டது. ஆனால், சிவகார்த்திகேயனின் படங்களுக்கான பார்ட் 2வுக்குச் சாத்தியம்

இருந்தும் அவர் சம்மதிக்கவில்லை. "வருத்தப்படாத வாலிபர் சங்கம்' படத்தின் 2-வது பாகத்தில் நடிப்பீர்களா?' என்ற கேள்விக்கு, 'அந்தப் படத்தின் இரண்டாம் பாகம் எடுக்கவே கூடாது என்பதில் உறுதியாக இருக்கிறேன். அது ஒரு எபிக் படம். நாங்கள், எங்களையே அறியாமல் ஜாலியாக எடுத்த படம். அதைத் திரும்ப எடுக்கவே முடியாது' என்று பதில் அளித்தார்.

ஆனால், இயக்குநர் பொன்ராம், 'அடுத்து வளர்ந்துவரும் இளம் கதாநாயகர்களை வைத்து 'வருத்தப்படாத வாலிபர் சங்கம் பார்ட் 2' எடுப்போம். சிவகார்த்திகேயன் சார் மெச்சூரிட்டி ஆகிவிட்டார்' என்று பதில் தெரிவித்தார்.

"ரெமோ' படத்தைத் தொடரமுடியாது. ஆனால், அந்த நர்ஸ் கதாபாத்திரத்தை வைத்துவேண்டுமானால் வேறொரு படம் எடுக்கலாம்' என்பதே சிவகார்த்திகேயனின் எண்ணமாக உள்ளது. கல்லா கட்டுவதற்காக ஒரே டெம்ப்ளேட் படத்தில் நடிக்காமல், ரசிகர்களுக்கு நேர்மையாகவும், நியாயமாகவும் நடந்துகொள்ளும் சிவகார்த்திகேயனின் பண்பு வியக்கத்தக்கதுதான்.

தவறுகளைத் திருத்திக்கொள்ளும் மனப்பக்குவம்

'வருத்தப்படாத வாலிபர் சங்கம்', 'ரஜினி முருகன்', 'ரெமோ' ஆகிய படங்களில் பெண்களை வசைபாடுவதை, திட்டுவதை, டாஸ்மாக் பாடல் இடம்பெறுவதை வழக்கமாகக் கொண்டிருந்தார் சிவா. ஆனால், அதைக் குத்திக்காட்டாமல் சுட்டிக்காட்டியதும் இனி என் எந்தப் படத்திலும் இப்படி பெண்களை இழிவுபடுத்தும் அம்சங்கள் இடம்பெறாது என்று உறுதியளித்தார். அதை இப்போதுவரை கடைப்பிடித்து வருகிறார். அந்தப் பக்குவமும் தேர்ந்த நடிகருக்கான அடையாளத்தைக் கொடுத்துள்ளது.

ரீமேக் செய்யாத நாயகன்

தமிழ் சினிமாவில் வெற்றிக்கான வியூகங்களை வகுக்கும் எல்லா நடிகர்களும் மாறாமல் கடைப்பிடிக்கும் எழுதப்படாத விதி ரீமேக் படங்களில் நடிப்பது. முன்னணி நடிகர்கள் யாரும் இதில் விதிவிலக்கல்ல. ஆனால், சிவகார்த்திகேயன் இதுவரை ஒரு படத்தைக்கூட ரீமேக் செய்து நடிக்கவில்லை. ரீகிரியேஷன்

சினிமா குறித்த பயம் மட்டுமே காரணமல்ல. மார்க்கெட், ஓடிடி உள்ளிட்ட தளங்களின் தேவை என வியாபாரம் விரிவடைந்த நிலையில் ஒப்பீட்டுக்காக மட்டுமே அவர் தவிர்க்கவில்லை.

புதிதாக ஒரு ரசனையை ரசிகர்களுக்குக் கொடுக்க வேண்டும் என்பதில் சிவா காட்டும் முனைப்பை அறிந்துகொள்ளலாம்.

சமகால ரோல் மாடல்

தொலைக்காட்சித் தொகுப்பாளர்கள், ஆர்.ஜே.க்கள் எனப் பலர் சிவகார்த்திகேயனுக்கு முன்னும் பின்னும் நாயகனாகும் ஆர்வத்தில் துறைக்குள் நுழைகிறார்கள். விஜய் சாரதி, ஆனந்தக் கண்ணன், பிரஜின், இசையருவி முரளி, ஆர்ஜே அசார் எனப் பலர் உள்ளனர். ஆனால், அவர்களில் முதல் வெற்றிக் கணக்கைத் தொடங்கியவர் சிவகார்த்திகேயன்தான். அப்படி வரும், வரப்போகும் அத்தனை பேருக்கும் இன்ஸ்பிரேஷனாக, வழிகாட்டியாக, வாழும் உதாரணமாக இருக்கப்போவதும் சிவாதான். மா.கா.பா. ஆனந்த், ரியோ, ப்ரியா பவானி ஷங்கர், கவின் போன்றோரும், யூடியூப் பிரபலங்களும் இன்று சினிமாவில் சாதிக்கமுடிகிறது என்றால் அந்த நம்பிக்கையை விதைத்ததும் சிவா போன்ற நடிகர்கள்தான்.

கடின உழைப்புக்கான அடையாளமாகத்தான் எந்த இயக்குநருடன் உதவியாளராகப் பணிபுரிந்தாரோ அதே இயக்குநருக்குச் செய்யும் குரு மரியாதையாக 'கனா' படத்தில் நெல்சன் திலிப்குமார் என்று தன் கதாபாத்திரத்துக்குப் பெயர் வைத்துக்கொண்டார். அந்த நெல்சன் இயக்கத்தில் 'டாக்டர்' படத்தில் நடித்தார்.

கல்லூரி நண்பன் அருண்ராஜா காமராஜை இயக்குநராக்கி 'கனா' படத்தைத் தயாரித்தார். ரியோவை ஹீரோவாக்கி 'நெஞ்சமுண்டு நேர்மையுண்டு ஓடு ராஜா' படத்தைத் தயாரித்தார். பாடகர், பாடலாசிரியர் என்றும் திறமையை விரிவுபடுத்திக்கொண்டு நம்ம வீட்டுப்பிள்ளையாகவே இருக்கிறார். அது என்றும் தொடரட்டும். சிவாவைப் பார்த்து இன்னும் பலர் சிலிர்த்துக்கொண்டு சினிமாவுக்குள் வந்து சாதிக்கட்டும்.

* * *

புதுப்பித்துக்கொள்ளும் கலைஞன்

மக்கள் மத்தியில் நட்சத்திரமாக அங்கீகாரம் பெற்றுவிட்ட ஒரு நாயக நடிகர், கதாபாத்திரங்களைத் தேடி அலைவது அரிதாகிவரும் காலம் இது. தனது படத்தைப் பார்க்கும் ரசிகனின் மனதில் நாயகத்தன்மை ஆதிக்கம் செலுத்தாமல் கதாபாத்திரம்தான் மனதில் நிற்கவேண்டும் என எண்ணும் நடிகர், ஒரு நட்சத்திரமாகவும் இருந்துவிட்டால் அற்புதம் நிகழ்வது எளிதாகிவிடுகிறது.

அப்படி ஒரு கதாபாத்திரத்துக்காக இயக்குநரிடம் தன்னை ஒப்புக்கொடுக்கும் நடிகனைக் காலமும் ரசிகர்களும் கைவிடுவதே இல்லை. நெடுமாறன் ராஜாங்கமாகத் தன்னை முழுமையாக முன்னிறுத்திய 'சூரரைப் போற்று' சூர்யாவை உலகம் முழுவதும் வாழும் தென்னிந்திய

ரசிகர்கள் உச்சிமுகர்ந்து கொண்டாடினார்கள். அந்தப் படத்தில் உள்ளடக்கம் கையாளப்பட்ட விதம் குறித்து எதிர் விமர்சனங்கள் இருந்தபோதும், அவற்றிலும்கூட சூர்யாவின் 'கூடு பாயும்' நடிப்பைக் குறிப்பிட்டுக் காட்டியிருக்கிறார்கள்.

இந்த நடிப்பின் உச்சத்தை சூர்யா அவ்வளவு சுலபமாக அடைந்துவிடவில்லை. படித்துவிட்டு, ஆயத்த ஆடைகள் தயாரிப்புத் துறையில் கவனம் செலுத்திய சூர்யா, விருப்பப்பட்டுத் திரைத்துறைக்குள் நுழையவில்லை. ஒரு விபத்து போலத்தான் அவரது திரை அறிமுகம் நிகழ்ந்தது. தொடக்கத்தில் நடித்த அரை டஜன் படங்களும் சூர்யா என்ற இளைஞரின் இருப்பைப் பதிவுசெய்ய மட்டுமே பயன்பட்டன. அதற்காக அவர் நம்பிக்கையை இழக்கவில்லை. தொடர்ந்து தன்னைத் தகுதிப்படுத்திக்கொண்டார்.

மறக்க முடியாத 3 இயக்குநர்கள்

சூர்யாவுக்குள் இருக்கும் நடிகரைக் கண்டுகொண்டு, அவரை அவருக்கே அடையாளப்படுத்தியது இயக்குநர் பாலாவின் 'நந்தா'. 6 படங்களில் நடித்தும் நிகழாத மேஜிக், பாலா படத்தின் மூலம் சூர்யாவுக்கு நடந்தது. தமிழ் சினிமா சூர்யாவை ஆச்சரியத்துடன் பார்த்தது. நடிப்பின் முக்கிய பரிமாணம் 'நகைச்சுவை உணர்வு'. அதை 'பிதாமக'னில் வெளிப்படுத்தி பிரமிக்க வைத்தார். பாலா அவரை முழுமையாக அடையாளம் காட்ட முயன்றார்.

கௌதம் மேனன், 'காக்க காக்க' படத்தில் அன்புச்செல்வன் ஐ.பி.எஸ்.ஆக சூர்யாவைக் கச்சிதமாக வார்த்தார். மிடுக்கான தோற்றத்தில் கம்பீரமான நடிப்பில் கவனம் ஏற்படுத்தியவர், 'வாரணம் ஆயிரம்' படத்தில் 'நான் இதைச் சொல்லியே ஆகணும். நீ அவ்ளோ அழகு' என ரொமான்ஸில் சொக்க வைத்தார். அதில் சூர்யாவின் இரட்டை வேடங்கள் அப்ளாஸ் அள்ளின.

சூர்யாவை இப்போதும் கௌதம் மேனன் பதிப்பு, ஹரி பதிப்பு என இரண்டு வகையாகப் பிரிக்கலாம். உயர்தட்டு நவீன இளைஞனோ அல்லது தரை லோக்கல் ரவுடியோ, மாஸான காவல் அதிகாரியோ இரண்டு விதங்களிலும் பிரித்து மேய்வதில் விற்பன்னர் சூர்யா. அவரால் அன்புச்செல்வன் ஐ.பி.எஸ்.ஆகவும் அதிரடி காட்ட முடிந்தது. 'ஓங்கி அடிச்சா ஒன்றரை டன் வெயிட்டுடா. பார்க்கறியா' என பஞ்ச் வசனம்

பேசி, துரைசிங்கமாக சிலிர்த்தெழவும் முடிந்தது. இந்த இருவித பாணியிலான நடிப்புதான் அவரை கமர்ஷியல் ஹீரோவாக சாகசம் புரியவைத்தது. அதன் பலனாய் 'சிங்கம் 2' படத்தின் வசூல் ரூபாய் 100 கோடி கிளப்பில் இணைந்தது.

தேடினால் கிடைக்கும்

இன்னொரு பக்கம் 'பேரழகன்', 'மாயாவி', 'கஜினி', 'மாற்றான்', 'பசங்க –2', 'ஏழாம் அறிவு', '24' என கமர்ஷியல் கலந்த பரிசோதனை முயற்சிகளிலும் பக்காவாகப் பொருந்தினார். 'உன்னை நினைத்து', 'மௌனம் பேசியதே', 'சில்லுனு ஒரு காதல்' போன்ற படங்களிலும் வெகுஜன மக்களைக் கவர்ந்தார். சினிமாவில் முன்னணியில் இருக்கும் நடிகர்கள் அனைவரும் நடிப்பில் சிறந்து விளங்குவார்கள் என்று சொல்லிவிடமுடியாது. அவர்கள் மார்க்கெட்டைத் தக்கவைத்துக் கொள்வதற்காக ஒரே மாதிரியான கதையமைப்பில், ஒரே மாதிரியான நடிப்பில் தங்களை ஈடுபடுத்திக்கொள்கிறார்கள் என்று வேண்டுமானால் சொல்லலாம். இதனால் புதுமை, வித்தியாசம், பரிசோதனை முயற்சிகளுக்குப் பலர் இடம் கொடுப்பதில்லை.

ஆனால், சூர்யா இதில் விதிவிலக்கு. கதாபாத்திரத்தை மெருகூட்ட, மிகச்சிறந்த நடிப்பைக் கொடுக்க ஒவ்வொரு படத்துக்கும் மெனக்கெடுகிறார். கமர்ஷியல் நாயகனாக நடிக்கும் அதேநேரம் நல்ல கதாபாத்திரங்களையும் தேடியலையும் அரிதான நட்சத்திர நாயகனாக இருக்கிறார். இந்தத் தேடலே அவரிடம் 'நெடுமாறன் ராஜாங்கம்' போன்ற கதாபாத்திரங்களைக் காலம் அவரது கையில் கொண்டுவந்து ஒப்படைத்துச் செல்கிறது.

தோல்விப் பட இயக்குநர்களுடன் கூட்டணி

எந்த ஒரு பிரபல நடிகரும் வெற்றிகளை வழங்கும் அல்லது வெற்றிப் படத்தைக் கொடுத்த இயக்குநருடன் மட்டுமே அடுத்தடுத்துக் கூட்டணி வைப்பார்கள். இயக்குநருடன் இணையும் முன்பு அவரது முந்தைய படம் வெற்றி பெற்றுள்ளதா என்பது மிக முக்கியமாகக் கருத்தில் கொள்ளப்படும். ஆனால், சூர்யா இதில் வேற மாதிரி.

'பிரியாணி' படத்துக்குப் பிறகு, வெங்கட் பிரபு இயக்கத்தில் 'மாசு என்கிற மாசிலாமணி', 'இரண்டாம் உலகம்' படத்துக்குப்

பிறகு செல்வராகவன் இயக்கத்தில் 'என்ஜிகே', 'கவண்' படத்துக்குப் பிறகு கே.வி.ஆனந்த் இயக்கத்தில் 'காப்பான்' படத்தில் நடித்தார். 'கூட்டத்தில் ஒருத்தன்' படம் வரவேற்பைப் பெறாத நிலையில் த.செ.ஞானவேலை நம்பி 'ஜெய் பீம்' படத்தைத் தயாரித்து நடித்தார். ஓடிடியில் மட்டுமே வெளியானது. பாலா இயக்கிய 'வர்மா' படம் சரியாக எடுக்கப்படவில்லை என விக்ரம் தரப்பு கோபித்துக்கொள்ள... இப்போது அவர் இயக்கும் படத்தில் இரட்டை வேடங்களில் நடிக்கவுள்ளார்.

இயக்குநர்களின் முந்தைய படத் தோல்விகளைக் கண்டுகொள்ளாத அபூர்வ நாயகனாகவே சூர்யா இருப்பதை இனம் கண்டுகொள்ளலாம்.

புதுப்பிக்கப்பட்ட நடிப்பு

'சூரரைப் போற்று' படத்தில் தன் இலக்கை அடையக் கடைசிவரை போராடும் நெடுமாறன் ராஜாங்கம் என்கிற இளைஞனாக சூர்யா நடித்துள்ளார். ஒரே ஷாட்டில் ஹீரோ ஆகிற, கதாபாத்திரம் இல்லை. நெஞ்சை நிமிர்த்தி சவால்விட்டு எதிரியைத் தோற்கடிக்கிற நாயக பிம்பமும் இல்லை. ஏன் தனக்கு எதிராகச் சதி செய்பவர்களைப் புரட்டி எடுக்கும் ஒரு சண்டைக் காட்சிகூட இல்லை. இறுதியில் வெற்றிப் பெருமிதத்துக்கான புன்முறுவல் அறவே இல்லை. படம் முழுக்க இறுக்கமான, உறுதியான, தீவிரமான சூர்யாவைப் பார்க்கலாம். ஆனால், சிரிக்கும் சூர்யாவை மட்டும் பார்க்கமுடியாது. முந்தைய படங்களில் தன் உடல்மொழி, முக பாவனைகள் உள்ளிட்ட எந்த நடிப்புச் சாயலையும் இதில் சூர்யா பிரதிபலிக்கவில்லை. மாறாக, தன் நடிப்பைப் புதுப்பித்துக்கொண்டார்.

தந்தை மரணப்படுக்கையில் இருக்கும்போது விமானப் பயணம் போகக் காசில்லாமல் அங்கு உள்ள சக பயணிகளிடம் கெஞ்சி, அழுது, பிச்சையெடுக்கும் காட்சியில் நடிப்பது மிகச் சவாலானது. தான் என்கிற ஈகோவை அழித்து கதாபாத்திரமாகவே மாறும்போதுதான், அந்தக் கையறு நிலையை மிக இயல்பாக வெளிப்படுத்த முடியும். அதில், பார்ப்பவர்கள் கண்ணீர் சிந்தும் அளவுக்கு சூர்யா தேர்ந்த நடிப்பை வழங்கினார். ஊருக்குச் சென்று தந்தைக்கு இறுதிச்சடங்கு செய்யமுடியாமல் தாமதமாக வந்த தவிப்பை, ஊர்வசியின் கால்களில் விழுந்தபடி சொல்லும்விதம் சூர்யா நடிப்பில் பதித்திருக்கும் புதுத் தடம்.

நாயகத்தன்மையை முன்னிறுத்தாமல், சுய பிரக்ஞைக்கு இடம் கொடுக்காமல், கதாபாத்திரத்தின் உணர்வை முதன்மைப்படுத்தும் நடிகராலேயே இதுபோன்ற கூடுபாயும் நடிப்பை வழங்க முடியும். அந்த வரம் சூர்யாவுக்கு வாய்த்திருக்கிறது.

கமர்ஷியல் படங்களே போதும் என்று திருப்திப்பட்டுக் கொண்டிருக்காமல், புதுப்புது முயற்சிகளுக்காக தன்னை உந்தித்தள்ளும் மிகச் சிறந்த நடிகராக சூர்யா திகழ்கிறார். அதற்கான ஒரு சோறு பதம்தான் 'ஜெய் பீம்'. இருளர் இன மக்களின் வலிகளையும், பொய்வழக்குப் புனையும் அப்பட்டமான உண்மையையும் உரக்கச் சொல்லும் படத்தில், சந்துரு கதாபாத்திரத்தில் நாயக அம்சங்களைப் பின்னுக்குத் தள்ளி நடிப்பிலும் படத்துக்கு வலு சேர்த்தார். ஒரு மாஸ் கதாநாயகனாக இருந்தும் காதல் காட்சிகள், சண்டைக் காட்சிகள் உள்ளிட்ட ஹீரோயிசத்தை அடியோடு தவிர்த்தார்.

எந்தப் படத்திலும் நடிகராகத் தன் பங்களிப்பில் அவர் சமரசம் செய்துகொள்ளவில்லை. அப்படிப் பார்த்தால் இந்த 24 ஆண்டு நடிப்புப் பயணம் சூர்யாவுக்கு நிறைவாகவே உள்ளது. அவருடைய நடிப்பு முறையில் ஏற்பட்ட மாற்றமும், பரிணாம வளர்ச்சியுமே அதற்கான சாட்சி.

கலைக்காக பரிசோதனை முயற்சி மேற்கொள்ளும் படங்கள், நாயக அம்சத்துக்காக கமர்ஷியல் படங்கள் என்று இரட்டைச் சவாரியில் சூர்யா துணிச்சலுடன் பயணம் செய்கிறார். ஒருவகையில் பார்த்தால் இவர் கமலின் 2.0 வெர்ஷன் என்றுகூடச் சொல்லலாம். வெற்றிமாறனின் 'வாடிவாசல்' சூர்யாவை அடுத்தகட்டப் பாய்ச்சலுக்குத் தயார்படுத்தும் என்று நம்பலாம். சூர்யா, ரசிகர்களுக்கான மாற்றில்லா உந்துசக்தியாக, உயர்ந்த ரசனைக்கான வானூர்தியாக இருப்பார் என்பது நிஜம்.

* * *

துருவ நட்சத்திரம்!

சினிமாவில் நடிகராக அடையாளம் பெறத் துடிப்பது ஓர் இடையறாத போர்!

வெற்றிபெற்றவர்களின் வாழ்க்கைப் பக்கங்களைப் புரட்டிப் பார்த்தால் பல உண்மைகள் புலப்படும். வெற்றிபெற்ற ஒவ்வொரு நடிகரும் நாயகன், நகைச்சுவைக் கலைஞர், குணச்சித்திர நடிகர், எதிர்நாயகன் என்று கிடைத்த வாய்ப்புகளில் எல்லாம் தடம் பதித்துள்ளனர். கதாநாயகர்களாக நடிக்கும் சிலர், கடைசிவரை அந்த அந்தஸ்துடன் தொடர்ந்து நீடிக்கிறார்கள். துணைக் கதாபாத்திரங்களில் நடிக்கும் பலர், நகைச்சுவை நடிகர்களாக பெயர் பெறும் சிலர், அடுத்தடுத்துப் பாய்ச்சலை நிகழ்த்திக் கதாநாயகனாகத் தங்களைத் தகுதிப்படுத்திக் கொண்டதையும் பார்த்திருக்கிறோம்.

நாயக பிம்பத்தைக் கைவிட முடியாத சிலர், திரையுலகப் போட்டியில் தங்களைத் தொலைத்திருக்கிறார்கள். அடுத்தடுத்த தலைமுறை நடிகர்களுடன் போட்டிபோட முடியாத சிலர், துணைக் கதாபாத்திரங்களுக்குள் தங்களைப் பொருத்திக்கொண்டார்கள். சிலர் எதிர்நாயகனாக தங்களது இடத்தைத் தக்கவைத்திருக்கிறார்கள்.

ஆனால், இதைத் தலைகீழாகச் செய்தவர்கள் சிவாஜியும் கமலும். அந்த ஆளுமைகளுக்குப் பின்?! ஒருவர் ஆச்சர்யப்படுத்திக் கொண்டிருக்கிறார். வணிகச் சந்தைக்கான மதிப்பை இழந்த ஒரு நடிகர், துணைக் கதாபாத்திரத்திலோ, எதிர்நாயகனாகவோ நடிப்பது பெரிதல்ல. நாயகனாக மக்களின் மனங்களில் இடம்பிடித்துவிட்ட சமகாலத்திலேயே வணிக மதிப்பு குறித்துக் கவலைப்படாமல், அவருக்கு முந்தைய தலைமுறையின் உச்ச நடிகர்களின் படங்களில் அவர் பங்களித்திருக்கிறார்! யோசித்துப் பார்த்தால், அரிதினும் அரிதான அந்த அம்சத்தை, துணிந்து தனதாக்கிக் கொண்டிருக்கும் தற்கால நடிகர் 'விஜய் சேதுபதி'.

மாற்றமும் ஏற்றமும்

குறும்படங்களில் நடித்துக்கொண்டிருந்த விஜய் சேதுபதி, இரண்டாயிரம் ஆண்டின் தொடக்கத்தில் ஒரு துணை நடிகராக கிடைக்கிற சந்துபொந்துகளில் எல்லாம் வந்துபோனார். 'வெண்ணிலா கபடிக்குழு'வில் வலிப்பு வந்து சுருண்டுவிழும் கபடி வீரர், 'நான் மகான் அல்ல' படத்தில் கார்த்தியின் நண்பர், 'பலே பாண்டியா' படத்தில் விஷ்ணு விஷாலை நாடி ஜோசியம் பார்க்க அழைத்துச்செல்லும் அண்ணன், என ஒரு ஓரமாய் வந்துபோன சேதுபதி, 'லீ ', 'எம் குமரன் சன் ஆஃப் மகாலட்சுமி' உள்ளிட்ட சில படங்களில் தலைகாட்டினார்.

'புதுப்பேட்டை'யில் சில காட்சிகளில் விஜய் சேதுபதி நடித்துள்ளார். பாலாசிங்கின் ஆட்களுடன் ரத்தக்காயத்துடன் அடிபட்ட தனுஷுக்கு, டாக்டர் முதலுதவி செய்வார். அப்போது 'யார் இவன்?' என்று பாலாசிங் கேட்பார். 'நே போலீஸ் கூட்டிப்போச்சுல்ல, இவனும் மிஸ்டேக்கா மாட்டிக்கிட்டான். போலீஸ் மொத்தி எடுத்துச்சு. சரியான தமாஷு' என்பார் விஜய்சேதுபதி. அதே தனுஷ்தான் பின்னாளில் 'நானும் ரவுடிதான்' தயாரிப்பாளராகி விஜய்சேதுபதியை கமர்ஷியல் நாயகன் அந்தஸ்துக்கு உயர்த்தினார்.

சீனு ராமசாமியின் 'தென்மேற்குப் பருவக்காற்று' படத்தின் மூலம் விஜய் சேதுபதி நாயகனாக அறிமுகம் ஆனார். சினிமாவில் அவர் நாயகனாக ஏழு ஆண்டுகள் தேவைப்பட்டன. அத்தகைய தருணத்துக்காகக் காத்திருந்தார். வெள்ளந்தியான கிராமத்து இளைஞனின் பாசாங்கற்ற அன்பை, கூச்ச சுபாவத்தை, கரிசல் மண்ணின் அசலான முகத்தை அப்படியே பிரதிபலித்தார். படத்துக்குத் தேசிய விருது கிடைத்தது. அதனால், படத்துக்குக் கிடைத்த வெளிச்சக்கீற்று விஜய்சேதுபதியை எட்டவில்லை. 'நடிச்சா ஹீரோதான்' என்று அடம்பிடிக்கவும் இல்லை. 'சுந்தரபாண்டியன்' திரைப்படத்தில் சசிகுமார் நாயகனாக நடிக்க, எதிர் நாயகனாக விஜய் சேதுபதி நடித்தார். தன்னைத் தொடர்ந்து பட்டை தீட்டிக்கொண்டே வந்தார். நடிப்பின் நுணுக்கங்களைக் கற்றார்.

ஒரு பாணி உருவாகிறது!

குறும்பட இயக்குநர்களின் அலையில் தன்னை முழுமையாக ஒப்படைத்தார். கார்த்திக் சுப்புராஜின் 'பீட்சா'வில் கவன ஈர்ப்பை ஏற்படுத்தினார். ரசிகர்கள் புதுவிதமான பேய்ப்படம் என்று கொண்டாடினார்கள். விஜய் சேதுபதி கமர்ஷியல் ரீதியாகவும், விமர்சன ரீதியாகவும் முதல் வெற்றியைச் சுவைத்தார்.

'நடுவுல கொஞ்சம் பக்கத்தக் காணோம்' படத்தை வேறு யார் நடித்திருந்தாலும் இப்படி விழுந்துவிழுந்து சிரித்து ரசித்திருக்க முடியுமா என்று தெரியாது. 'என்னாச்சு? ப்ப்பா..!?' மெடுலா ஆப்லங்கேட்டா என்ற சொல்லைக் கேட்டாலே ரசிகர்கள் திரும்பத்திரும்ப விரும்பிவிரும்பி ரசித்தார்கள்; சிரித்தார்கள். விஜய் சேதுபதியின் மாடுலேஷன் பாணி மதிப்புக்குரியதாக மாறியது.

அந்தச்சூழலில் விஜய் சேதுபதியின் ஆளுமையை அப்படியே சுவீகரித்துக்கொண்ட படம் 'சூதுகவ்வும்'. 40 வயதுக் கதாபாத்திரத்தில் விஜய் சேதுபதியைப் பொருத்திப் பார்க்க முடியவில்லை என்று நலன்குமாரசாமி கூற, ஒரே மாதத்தில் நரைமுடி, தாடியுடன் இயக்குநர்முன் நின்றார். விஜய்சேதுபதியின் தோற்றத்தில் திருப்தி அடைந்த பிறகே, நலன் நம்பிக்கையுடன் களத்தில் இறங்கினார். வங்கி மேலாளரின் மகளைக் கடத்திவிட்டு, '40 ஆயிரம் பணத்தால் உங்கள் பட்ஜெட்டுக்குப் பாதகமில்லையே, சமாளிச்சுடுவீங்கல்ல?' என்று

கேட்டு அவரை ரிலாக்ஸ் செய்வார். நேராகப் போய்ப் பணத்தை வாங்கிவிட்டு கூலர்ஸ் அணிந்து கெத்தாக நடந்து வருவார். அதுதான் விஜய்சேதுபதியின் முதல் மாஸ் சீன்.

தாதாக்களின் மாதிரிகள்

தமிழ் சினிமாவில் நான்காம் படத்திலேயே நரை முடியுடன் நாற்பதுவயதுக் கதாபாத்திரத்தில் நடித்தது விஜய்சேதுபதியாகத்தான் இருக்க முடியும். பின்னர், 'ரம்மி', 'வன்மம்' என்று நட்புக்காக விஜய்சேதுபதி நடித்த படங்கள் ரசிகர்களுக்குச் சோதனைக் காலமாகவே அமைந்தன. ரம்மியில் 'கூடை மேல கூடை வெச்சு' பாடல் மட்டும் விஜய் சேதுபதியைப் பட்டிதொட்டியெங்கும் கொண்டுசேர்த்தது. முதிய தம்பதியின் பேரன்பையும் பெருங்காதலையும் கார் மீதான பாசத்தையும் 'பண்ணையாரும் பத்மினியும்' படத்தில் பதிவு செய்ய... ரசிகர்கள் போதுமான வரவேற்பை அளிக்கவில்லை.

அதே இயக்குநருடன் மீண்டும் கைகோத்தார். 'சேதுபதி' என்று கமர்ஷியல் ஹிட் கொடுத்தார். ரசிகர்கள் கொண்டாடினார்கள். நல்ல படத்தை ஓடவைக்காத ரசிகர்கள் மீதான செல்லப் பழிவாங்கல்தான் 'சேதுபதி' என்ற பேச்சும் உண்டு. சென்னை பாஷையில் பிரித்து மேய்ந்து 'நான் அசால்ட்டா நடிப்பேன்' என்று 'இதற்குத்தானே ஆசைப்பட்டாய் பாலகுமாரா' படத்தில் எடுத்துக்காட்டி அதகளம் செய்தார்.

'ஆரஞ்சுமிட்டா'யில் அறுபது வயதைத் தொடும் முதியவராக நடித்த விஜய் சேதுபதி, அடுத்த படத்தில் நயன்தாராவைக் காதலிக்கும் 27வயது இளைஞனாக மாறிப்போனார். ரசிகர்கள் அதிக வரவேற்பைத் தந்தனர். அடிக்கத் தெரியாத ரவுடியாக 'காதலும் கடந்து போகும்', போலி ரவுடியாக 'நானும் ரவுடிதான்', மொக்கையான தாதாவாக 'ஜுங்கா' என்று அடுத்தடுத்து களம் இறங்கினார். இதனிடையே ஒரு வடையை மட்டும் எடுத்துக்கொண்டு போலீஸ் ஸ்டேஷனுக்குள் நுழைந்து, 'விக்ரம் வேதா' இன்ட்ரோவில் அசர வைத்தார். 'ஒரு கதை சொல்லட்டா சார்' என்று மெர்சல் செய்தார். விஜய் சேதுபதியை 'மாஸ் ஹீரோ' என்று நம்பவைத்தது 'விக்ரம் வேதா'. மாஸ் வரிசையில் 'றெக்க' ரசனையுடன் சிறகடித்தது. இப்படங்கள் விஜய் சேதுபதிக்கு கமர்ஷியல் மாஸ் படங்களும் தேவைப்படும் என்பதைத் தெளிவுபடுத்தின.

'தர்மதுரை', 'கவண்', 'ஆண்டவன் கட்டளை', 'கருப்பன்' ஆகிய படங்கள் கிராமத்து மக்களிடம் விஜய் சேதுபதியைக் கொண்டு சேர்த்தன. 'இறைவி', 'செக்கச்சிவந்த வானம்' என இரண்டு மல்டி ஸ்டாரர் படங்களில் தனித்து ஜொலித்தார். சேதுபதியின் இமேஜைப் புரிந்துகொண்ட மணிரத்னமும் அவரின் கதாபாத்திரத்தில் எந்த மாற்றத்தையும் செய்யவில்லை. வழக்கமான பாவனைகளுடன் ரசூலாக சேது அப்ளாஸ் அள்ளினார். '96' படத்தின் மூலம் திருமணம் ஆகாத காதலனின் அவஸ்தையை, அன்பை, தனிமையை அப்படியே நகல் எடுத்துக் கடத்தினார்.

சோதனை முயற்சி

'சீதக்காதி' விஜய் சேதுபதிக்கு 25வது படம். எந்த நடிகரும் காட்சிக்குக் காட்சி, ஃபிரேமுக்குப் ஃபிரேம், தான் படத்தில் இருக்க வேண்டும் என்றுதான் நினைப்பர். 25வது படம் கூடுதல் சிறப்பு என்பதால், அதை கமர்ஷியலாக எடுக்கவே துணிவர். ஆனால், விஜய் சேதுபதி இதிலும் விதிவிலக்குதான். சுமார் முக்கால்மணி நேரம் மட்டுமே படத்தில் வந்தாலும், கலைப்படைப்புக்காக 25வது படத்தைப் பரிசோதனை முயற்சியாக மேற்கொண்டார். அப்படம் போதிய வரவேற்பைப் பெறவில்லை என்றாலும் முயற்சியை அவர் நிறுத்திக்கொள்ளவில்லை.

தமிழ் சினிமாவில் யதார்த்தத்தின் வார்ப்பை, அசல் கலைஞனின் பாவனைகளை அப்படியே பிரதியெடுத்துத் தரும் ஆற்றல் படைத்த கலைஞர். நடிப்பு என்பது அதை மறக்கடிக்கச் செய்வதே என்பதைக் கதாபாத்திரங்களின் மூலம் நிறுவுபவர். அதனால்தான் ஒரே ஆண்டில் ஏழெட்டுப் படங்கள் என்றாலும் சலிக்காமல் அவரால் நடிக்கமுடிகிறது. கமர்ஷியல் சினிமா, கான்செப்ட் சினிமா, பரிசோதனை சினிமா என்று ஈடுபட முடிகிறது.

'பேட்ட'யும் 'மாஸ்ட'ரும்

தனக்கு 35 ஆண்டுகளுக்கு முன்னர் தமிழ் சினிமாவில் அறிமுகமாகி, நிலைத்து, உச்ச நட்சத்திரமாக ஜொலித்துக் கொண்டிருக்கும் ரஜினிக்கு வில்லனாக 'பேட்ட' படத்திலும், தனக்கு 20 ஆண்டுகளுக்கு முன்னர் பயணத்தைத் தொடங்கிய விஜய்க்கு வில்லனாக 'மாஸ்டர்' படத்திலும் நடித்ததன் மூலம்,

ஹீரோ, வில்லன் என்கிற வழக்கமான வணிக சினிமா பிம்பத்தை தகர்த்தெறிந்த நடிகராக விஜய் சேதுபதி தன்னை முன்னகர்த்திக் காட்டினார். தெலுங்கில் 'உப்பெனா' படத்தில் நாயகியின் தந்தையாக எதிர்மறைக் கதாபாத்திரத்தில் நடித்தார்.

'நான் நடிகன் மட்டுமே. கொடுக்கப்பட்ட கதாபாத்திரத்துக்குத் தேவையான எல்லா நியாயங்களையும் செய்வேன்' என்பதே திரை நடிப்பின் மீதான விஜய் சேதுபதியின் பார்வையாக உள்ளது. இந்த ஓர் அம்சமே மற்ற நடிகர்களிலிருந்து அவரை வேறுபடுத்திக் காட்டுகிறது.

'உப்பெனா' படத்தில் விஜய் சேதுபதியின் மகளாக கீர்த்தி ஷெட்டி நடித்தார். ஒரு புதிய படத்தில் அவரையே ஜோடியாக்கப் படக்குழு பேச்சுவார்த்தை நடத்துகையில், வேண்டாம் என்று திட்டவட்டமாக மறுத்துவிட்டார் விஜய் சேதுபதி.

'என் மகளாக நடித்தவருடன் எப்போதும் ஜோடி சேரமாட்டேன்' என்று தெரிவித்த விஜய் சேதுபதியின் பதில், அவருக்கு முன்னதாகத் திரையுலகில் உள்ள முன்னணி நடிகர்களிடமிருந்து வராத பதில் என்பது உற்றுநோக்கத்தக்கது.

'ஒரே பாணியிலான நடிப்பைத்தானே விஜய் சேதுபதி கையாள்கிறார், எந்தக் கதாபாத்திரத்தை எடுத்துக்கொண்டாலும் அவராகவே தெரிகிறாரே' என்கிற ரசிகப் பார்வையும் அவர்மீது கவிந்திருக்கிறது. ஆனால் கூர்ந்து கவனித்தால், கதாபாத்திரங்களுக்குள் ஊடுருவிச் சென்றுவிடும் விஜய் சேதுபதியை அவர் ஏற்ற வணிக நாயகன் கதாபாத்திரங்களிலும் பார்க்க முடியும்.

'லாபம்' பிரச்சாரப் படம் என்றபோதிலும் அதைத் தயாரித்து, நடித்து, குருவுக்கு மரியாதை செய்தவிதத்திலும், ஜனநாதனின் கடைசிப் படத்தைத் திரைக்குக் கொண்டுவந்த விதத்திலும் விஜய்சேதுபதியின் சினிமா மீதான பற்றுதலை உணர்ந்துகொள்ளலாம்.

இரட்டைத் தன்மை

தமிழ்த் திரை நடிகர்களின் தலைமுறை வரிசையாக எம்.ஜி.ஆர்–சிவாஜி, ரஜினி–கமல், விஜய்–அஜித், சூர்யா– விக்ரம், ஜெயம் ரவி–விஷால், ஆர்யா–ஜீவா, தனுஷ்–சிம்பு, சிவகார்த்திகேயன்–விஜய் சேதுபதி என்று குறிப்பிட முடியும்.

இதில் என்டர்டெய்னர் – பெர்ஃபார்மர் என்கிற இரட்டைத் தன்மையின் அற்புதமான கலவையாக விஜய் சேதுபதி பார்வையாளர்களை ஈர்த்துக்கொண்டிருக்கிறார்.

இவர்களில் இன்னமும் இரட்டை வேடங்களில் நடிக்காத ஒருவரைச் சுட்டிக்காட்டுங்கள். அதில் விஜய் சேதுபதியின் பெயர் மிஞ்சும். இரட்டை வேடங்களில் நடிக்கக் கூடாது என்பதல்ல. அதுதான் நடிகருக்கு இருக்கும் மிகப்பெரிய சவால். அதைச் சரியாகச் செய்துவிட்டால் ரசிகர்களின் பேரன்பு நிச்சயம். ஆனால், அந்த அழகியல் கலையின் அடிப்படை அம்சத்தையே புரிந்துகொள்ளாமல் சாதாரணமாக வந்துவிட்டுப் போவது மாறுபட்ட நடிப்புக்கான களத்தை வீணடிக்கும் செயல். இதற்குப் பல உதாரணங்களைச் சொல்லலாம். இச்சூழலில் இரட்டை வேடங்களுக்கான தேவை வரும்போது மட்டுமே பயன்படுத்திக் கொள்ளலாம் என்ற காத்திருப்பும், விஜய் சேதுபதியின் பொறுமையும் வியக்க வைக்கிறது. இவர் எப்போது இரட்டை வேடங்களில் நடிப்பார் என்ற ஆவலும் கிளர்ந்தெழுகிறது. ஒரு நடிகனுக்கான பணி, சுவாரஸ்யத்தைத் தூண்டுவதாக இருக்க வேண்டும். தன்னைச் செதுக்கிக்கொள்வதின்மூலம் சேது அதைத் தொடர்ந்து செய்துவருகிறார்.

சில தோல்விப் படங்களைத் தந்தால், தன் மார்க்கெட்டை நிலைநிறுத்திக்கொள்ள, கணிசமான எண்ணிக்கையில் மறுஆக்கப் படங்களில் நடித்து, தங்கள் இடத்தைத் தக்கவைத்துக்கொள்ள விரும்பும் நடிகர்கள் அதிகமுண்டு. ஆனால், 30-க்கும் மேற்பட்ட படங்களில் நடித்திருக்கும் விஜய் சேதுபதி, 'காதலும் கடந்துபோகும்' படத்தைத்தவிர எந்த மறு ஆக்கத்திலும் நடிக்கவில்லை. அந்தப் படத்திலும்கூட நாயகனாக, அதேநேரம் நாயக பிம்பத்தை நொறுக்கும் கதாபாத்திரத்தை ஏற்றார். இதன்மூலம் புதிய சிந்தனைகள், மாறுபட்ட கற்பனைகளுக்குப் பாதை அமைக்கும் படைப்பாளிகளுக்கு தன்னை ஒப்புக்கொடுப்பவராக விஜய் சேதுபதி இருப்பதைக் கவனிக்க முடியும்.

இயலாமைகளின் நாயகன்!

கமர்ஷியல் சினிமா, பரிசோதனை சினிமா, கான்செப்ட் சினிமா என்கிற முயற்சிகளை இடைவிடாமல் மேற்கொள்பவராக விஜய் சேதுபதி இருக்கிறார். சிரிப்பு மூட்டும் ரவுடி, அடிக்கத்

தெரியாத ரவுடி, போலி ரவுடி, மாஸ் ரவுடி, சொதப்பும் மொக்கையான ரவுடி என சேதுவின் படங்களை மிக எளிதாக வகை பிரிக்க முடியும். ஆனால், அதில்தான் அவரின் நுட்பமான நடிப்பு பளிச்சிடுகிறது. நாயகத்தன்மை என்பதில் தோல்விகளும் இயலாமைகளும் ஓர் அங்கம் என்பதைக் கூறும் சித்தரிப்புகளுக்கு விஜய் சேதுபதியின் பங்களிப்பு அபாரமானது.

இன்ஸ்டாகிராம் யுகத்தில் தன் நாயக பிம்பத்தைத் தூக்கிநிறுத்தவே அனைவரும் துடிப்பார்கள். ஆனால், விஜய் சேதுபதி தன் 25-வது படமான 'சீதக்காதி'யில் வயதான நாடகக் கலைஞராக முக்கால் மணிநேரம் மட்டுமே வரும் கதாபாத்திரத்துக்கு உயிர் கொடுத்தார். 'இதற்குத்தானே ஆசைப்பட்டாய் பாலகுமாரா', 'நானும் ரவுடிதான்', 'சூது கவ்வும்' ஆகிய படங்கள் வடிவேலு மாதிரியான நகைச்சுவை நடிகர்களுக்கான களம்தான். கொஞ்சம் பிசகினாலும் ரசிக்க முடியாது. அதன் எல்லை அறிந்து, கதாபாத்திரத்தை உள்வாங்கி நடித்த விதத்தில், அடுத்த பரிமாணத்தை விஜய் சேதுபதி கச்சிதமாக வெளிப்படுத்தினார்.

'சூப்பர் டீலக்ஸ்' படத்தில் திருநங்கை, 'இமைக்கா நொடிகள்', 'க/பெ ரணசிங்கம்' ஆகிய படங்களில் கௌரவக் கதாபாத்திம் என்றாலும் பெண் மையத் திரைப்படங்களுக்கான பங்களிப்பிலும் அவர் தனது ஈடுபாட்டைக் காட்டுகிறார். அதேபோல், நட்புக்காக சில படங்களில் நடிக்கிறார், கதைத் தேர்வில் கவனம் செலுத்துவதில்லை, வகைதொகை இல்லாமல் எல்லாப் படங்களிலும் நடிக்கிறார் என்று அவர்மீது குற்றச்சாட்டுகள் எழுந்தன. ஆனால், ஒரு நடிகன் சில சறுக்கல்களைச் சந்தித்தாலும், சிறப்பான பங்களிப்பின் மூலம் மிகப்பெரிய வரவேற்பைப் பெறமுடியும் என்பதை 'மாஸ்டர்' படத்தின் மூலம் நிரூபித்துவிட்டார். தன் பாதை தெளிவானது, அது எந்த ஒளிவட்டத்துக்குள்ளும் சிக்காத நடிகனுக்குரியது என்பதையும் காட்டிவிட்டார்.

எப்படி இது சாத்தியம்?

நடித்தால் ஹீரோதான் என்று விஜய் சேதுபதி அடம்பிடிப்பதில்லை. ரசிகர்களின் மாஸ், ரசனை சார்ந்த அணுகுமுறையில் மாற்றத்தை உருவாக்கும் ஊக்கியாக வெவ்வேறு

வடிவங்களில் தன்னை வெளிப்படுத்திக்கொள்கிறார். இதன்மூலம் வில்லனாக நடித்தாலும், கௌரவத் தோற்றத்தில் நடித்தாலும் மீண்டும் தன்னை நாயகன் வாய்ப்புகள் தேடிவரும் என்பதற்கான நிகழ்கால சாட்சியாகி நிற்கிறார்.

தமிழ் சினிமாவுக்கு வெளியே நவாசுதீன் சித்திக், இர்ஃபான்கான், ஃபகத் பாசில் என்று பிற மொழி ஆளுமைகளை அண்ணாந்து பார்த்து சிலாகித்த சினிமா ஆர்வலர்கள், விஜய்சேதுபதியின் சத்தமில்லாத சாதனைகளைக்கண்டு, அவரும் அப்படிப்பட்ட ஓர் ஆளுமைதான் என்று குறிப்பிடுகிறார்கள்.

'மாநகரம்' திரைப்படத்தின் இந்தி ரீமேக்கில் முனீஸ்காந்த் கதாபாத்திரம், 'அந்தாதூன்' இயக்குநரின் அடுத்த படத்தில் நாயகன் என்று இங்கேயும் துணைக் கதாபாத்திரம் – நாயகன் கொள்கையில் அவர் சமரசம் செய்துகொள்ளவில்லை. இந்தியில் 'காந்தி டாக்ஸ்' மவுனப் படத்தில் விஜய் சேதுபதி நாயகனாக நடிப்பதால், வேறுவகை நடிப்பை தன்னிடம் எதிர்பார்க்க ரசிகர்களைத் தூண்டியிருக்கிறார். அதேவேளை விஜய் சேதுபதியிடம் ஒரே பாணியிலான நடிப்பு தென்படுவதாகக் கூறும் விமர்சனத்தையும் அவர் புறம்தள்ளக் கூடாது. நாசர், யூகிசேது உள்ளிட்டோரும் இதனைச் சுட்டிக்காட்டியுள்ளனர்.

நடிப்புப் புள்ளியின் தொடக்கத்தில், 'பீட்சா'வில் ஒற்றை டார்ச்லைட்டுடன் ஆள்அரவமற்ற பங்களாவில் 20 நிமிடங்கள் பதறி, பயந்து, அலறி, ஓடி, 'நான் நடிப்பின் நுணுக்கங்கள் கைவரப்பெற்றவன்' என்பதைக் காட்டிய விஜய் சேதுபதி, இந்தச் சவாலையும் தாண்டி வரவேண்டும். அதற்கான தகுதியும் திறமையும் உழைப்பும் விஜய் சேதுபதியிடம் நிரம்பியிருப்பதாகவே பார்வையாளர்கள் நம்புகிறார்கள். அந்தவகையில் தமிழ் சினிமாவின் தற்கால நம்பிக்கை நட்சத்திரம் ஆகியிருக்கிறார் விஜய் சேதுபதி.

* * *

வசூல் சக்கரவர்த்தி விஜய்

ரஜினிக்குப் பிறகு அல்லது ரஜினியைத் தாண்டி தமிழ் சினிமாவில் வசூல் சக்கரவர்த்தியாகத் திகழும் ஒரு நடிகரைக் கை காட்டுங்கள் என்றால், அத்தனை பேரின் கைகளும் விஜய்யை மட்டுமே சுட்டிக்காட்டும். அந்த அளவுக்கு அசுர பலத்துடன் தன் சாம்ராஜ்யத்தைக் கட்டமைத்துள்ளார் விஜய். வசந்தம் ஒரே நாளில் வந்துவிடாது. அதுபோல்தான், இந்த வெற்றியும் விஜய்க்கு அவ்வளவு விரைவில் கைவரப்பெறவில்லை.

நாளைய தீர்ப்பு

சினிமாவில் வாரிசு நடிகர் குறித்த விவாதங்கள், விமர்சனங்கள் விஜய் நடிக்க வந்தபோதுதான் தொடங்கின. ஆனால், அவருடன் நடிக்க வந்து

திரைத்துறைக்குள் அடியெடுத்து வைத்த பலர், தங்களை நிலைநிறுத்திக்கொள்ள முடியாமல் காணாமல் போயிருக்கிறார்கள் அல்லது அந்த மாய வித்தை தெரியாமல் திணறி, அடுத்தடுத்து வாய்ப்புக் கிடைக்காமல் ஒதுங்கிப்போயுள்ளனர். ஆனால், உச்ச நட்சத்திரத்துக்குரிய அந்தஸ்தைப்பெற விஜய் தன்னைத் தொடர்ந்து தகுதிப்படுத்திக் கொண்டார். அதனாலேயே இப்போதும் அந்த நற்பெயரை, வியாபார மதிப்பைத் தக்கவைத்துக்கொள்ள முடிகிறது.

'நாளைய தீர்ப்பு' படம் வந்தபோது விஜய்யை உருவக் கேலி செய்து அவமானப்படுத்திய முன்னணிப் பத்திரிகைகள், வெகுஜன ரசிகர்கள்கூட இன்று அவரை ஆகச்சிறந்த ஆளுமை என்று புகழாரம் சூட்டி கவுரவப்படுத்துகிறார்கள். அதுதான் அவர் கடந்துவந்த பாதைக்கான ஒரு பருக்கை உதாரணம்.

சினிமாவுக்குள் நடிக்க வந்த உடனேயே பாட்டு, டான்ஸ், ஃபைட் என்று அனைத்தையும் விஜய் கற்றுக்கொண்டு வரவில்லை. ஆனால், நாயகனுக்கான அத்தனை விஷயங்களையும் திரைத்துறைக்கு வந்தபிறகு கசடறக் கற்றார். 'இந்தப் பாடலைப் பாடிக் கொண்டிருப்பவர் உங்கள் விஜய்' என்று பாடலுக்குக் கீழே ஸ்லைடு போடும்போது கைகொட்டிச் சிரித்தவர்கள் இன்று அவரின் பாடும் திறனை சிலாகித்துப் பேசுகிறார்கள். நடன அசைவை வாய் பிளந்து ரசிக்கிறார்கள். சண்டைக் காட்சியில் துல்லிய நடிப்பைக்கண்டு கரவொலி எழுப்புகிறார்கள்.

'பூவே உனக்காக' தந்த மாற்றம்

அப்பாவின் இயக்கத்தில் நடித்த விஜய்யின் படக்காட்சிகள் சர்ச்சைகளைச் சந்திக்காமல் இருந்ததில்லை. மாமியாருக்குக் குளியலறையில் சோப் போடும் காட்சி உள்ளிட்ட பல காட்சிகளில் விமர்சனங்களுக்கு ஆட்பட்டார். அந்த இமேஜை அப்படியே மாற்றியது, விஜய்யைப் பட்டிதொட்டியெங்கும் கொண்டுசேர்த்தது 'பூவே உனக்காக' படம்தான் என்றால் அது 200 சதவீத உண்மை.

கள்ளம் கபடமில்லாத, அப்பழுக்கற்ற தூய ஆன்மாவின் வெளிப்பாடாகவே விஜய்யின் கதாபாத்திரம் வடிவமைக்கப் பட்டது. அதுவரை ஒருதலைக்காதல் என்று கொஞ்சம் கூச்சமாகவும், தோல்வி அடைந்தவனின் முகாரி ராகமாகவும், அவமானமாகவும் உணர்ந்தவர்கள் அதுவும் உன்னதமான காதல்தான் என்று தலைநிமிர்ந்து சொல்ல ஆரம்பித்தார்கள்.

உணரத்தொடங்கினார்கள். சொல்லாத காதல் வெல்லாது என்றாலும் அந்தக் காதலும் சுகமானதே என்று சுய சமாதானம் ஆனார்கள். அந்த சுய ஆறுதல் விஜய்யின் நடிப்புக்குக் கிடைத்த வெற்றிதான் என்பதை மறுக்க முடியாது.

அந்த நடிப்புக்குக் கிடைத்த ஆரவாரம்தான் விஜய்யைத் தொடர்ந்து காதல் படங்களில் கவனம் செலுத்த உந்துசக்தியாக இருந்தது. 'லவ் டுடே', 'நிலாவே வா', 'ப்ரியமானவளே', 'குஷி', 'என்றென்றும் காதல்', 'வசீகரா', 'நினைத்தேன் வந்தாய்', 'ஒன்ஸ்மோர்', 'துள்ளாத மனமும் துள்ளும்', 'காதலுக்கு மரியாதை', 'ஷாஜகான்', 'யூத்', 'ப்ரியமுடன்', 'மின்சார கண்ணா', 'சச்சின்', 'காவலன்' என்று காதலின் அத்தனை பரிமாணங்களும் இருக்கும் படங்களில் நடித்தார். அதுவும் 'காவலன்' படத்தில் மென்மையான, அதே சமயம் உறுதியான காதலனைக் கண்முன் நிறுத்தினார். அப்படி ஓர் அமைதிப் பேர்வழியாக தன் இயல்பான குணத்தை பூமிநாதன் கேரக்டரில் கடத்தியவிதமே பாத்திர வார்ப்புக்கு கம்பீரம் சேர்த்தது.

உதவி இயக்குநர்களின் தோழன்

உதவி இயக்குநர்கள் நிறைய பேருக்கு வாய்ப்புக் கொடுத்த உச்ச நட்சத்திரம் என்று விஜய்யைச் சொல்லலாம். 'லவ் டுடே' பாலசேகரன், 'நினைத்தேன் வந்தாய்' செல்வபாரதி, 'ப்ரியமுடன்' வின்சென்ட் செல்வா, 'துள்ளாத மனமும் துள்ளும்' எழில், 'தமிழன்' மஜீத், 'திருமலை' ரமணா, 'மதுர' மாதேஷ், 'திருப்பாச்சி' பேரரசு, 'சச்சின்' ஜான் மகேந்திரன், 'அழகிய தமிழ் மகன்' பரதன், 'வேட்டைக்காரன்' பாபு சிவன், 'என்றென்றும் காதல்' மனோஜ் கியான், 'பத்ரி' பி.ஏ.அருண் பிரசாத், 'புதிய கீதை' கே.பி.ஜெகன் எனப் பெரிய பட்டியல் உள்ளது.

செல்வபாரதி, வின்சென்ட் செல்வா, ரமணா, பேரரசு, பரதன் ஆகிய பல இயக்குநர்களுடன் அடுத்தடுத்தும் சில படங்களில் கூட்டணி அமைத்து விஜய் நடித்துள்ளதும் குறிப்பிடத்தக்கது. ஆக, விஜய் நடித்ததில் பாதிக்கும் மேற்பட்ட படங்கள் உதவி இயக்குநர்களின் படங்கள்தான்.

ரீமேக் ஸ்டார்

ரீமேக் படங்களையும் தன் வளர்ச்சிக்கான வாய்ப்புகளாகப் பார்த்து நடித்தார் விஜய். அந்தப் படங்களில் 'ஆதி', 'வசீகரா'

எனும் இரு படங்கள் மட்டும் சரியான வரவேற்பைப் பெறவில்லை. மற்ற படங்கள் எல்லாம் சூப்பர் டூப்பட் ஹிட்டடித்தன. எல்லா மொழிப்படங்களையும் பார்க்கும் இப்போதைய வசதி வாய்ப்புகள் அப்போது இல்லாததும் ஒரு காரணம். மேலும், ரீமேக்தானே, ஏற்கெனவே வெளிவந்த படம்தானே என்று இல்லாமல் குட்டிக்குட்டி எக்ஸ்பிரஷன்களிலும், மேனரிசத்திலும் விஜய் தன் தனித்துவத்தைக் காட்டியிருப்பதும் படத்தின் வெற்றிக்கான காரணங்களாகச் சொல்லப்பட்டது.

'ஒக்கடு' (தெலுங்கு) – 'கில்லி'

'பாடிகார்ட்' (மலையாளம்) – 'காவலன்'

'போக்கிரி' (தெலுங்கு) – 'போக்கிரி'

'பவித்ர பந்தம்' (தெலுங்கு) – 'ப்ரியமானவளே'

'பிரண்ட்ஸ்' (மலையாளம்) – 'பிரண்ட்ஸ்'

'நுவ்வு நாகு நசவ்' (தெலுங்கு) – 'வசீகரா'

'அதனோக்கடே' (தெலுங்கு) – 'ஆதி'

'3 இடியட்ஸ்' (ஹிந்தி) – 'நண்பன்'

'பெல்லி சந்ததி' (தெலுங்கு) – 'நினைத்தேன் வந்தாய்'

'அனியாத்திபிராவு' – 'காதலுக்கு மரியாதை'

கமர்ஷியல் பாதை

காதல் படங்களுக்குப் பிறகு 'பகவதி' படத்தில் ஆக்ஷன் பாதைக்கான வெள்ளோட்டம் பார்த்த விஜய் 'திருமலை' படத்தின்மூலம் தன் அடுத்தகட்ட பாய்ச்சலைத் தொடங்கி, அதிலும் வெற்றிக்கொடி நாட்டினார். 'கில்லி', 'திருப்பாச்சி', 'சிவகாசி', 'போக்கிரி', 'வேட்டைக்காரன்', 'வேலாயுதம்' என்று தொடர்ந்து ஆக்ஷன் அவதாரம் எடுத்தார். அப்படியே யூ டர்ன் அடித்து 'காவலன்', 'நண்பன்', 'துப்பாக்கி' என்று கான்செப்ட் சினிமாவில் ஆச்சர்யம் காட்டினார்.

'தலைவா', 'கத்தி', 'தெறி', 'மெர்சல்', 'சர்கார்', 'பிகில்', 'மாஸ்டர்' என்று மாஸ் படங்களில் கவனம் செலுத்த ஆரம்பித்தார். காதல் என்ற பெயரில் பெண்களுக்கு அட்வைஸ் செய்துவந்த விஜய் 'பிகில்' போன்ற பெண்களுக்குப் பெருமை சேர்க்கும் படங்களிலும் நடித்து மரியாதை செலுத்தினார்.

சுதாரித்துக்கொள்ளும் கலைஞன்

'அழகிய தமிழ் மகன்' படத்தில் முதல்முதலாக இரட்டை வேடங்களில் நடித்தார் விஜய். ஆனால், இரு வேடங்களுக்கான நடிப்பில் ரசிக்கத்தக்க மேஜிக் நிகழவில்லை. எந்த நடிகருக்கும் இரட்டை வேடங்கள் என்றால் சவாலானது. அது சரியாக அமைந்துவிட்டால் ரசிகர்கள் கொண்டாடித் தீர்த்துவிடுவார்கள். ஆனால், அழகிய தமிழ் மகனில் விஜய்யின் வில்லத்தனமான நடிப்பு திருப்தி அளிக்கவில்லை. ரசிகர்களின் பல்ஸ் அறிந்த விஜய் அதை 'கத்தி' படத்தில் சரிசெய்துகொண்டார். பிகிலிலும் அந்த மேஜிக் வொர்க் அவுட் ஆனது. 'மெர்சல்' படத்தில் மூன்று முகங்களாக வெரைட்டி காட்டி மிரள வைத்தார்.

வசூல் சக்கரவர்த்தி

விஜய்யின் எந்தப் படமும் பெரிய அளவில் தோல்விப் படமாக அமைந்து தயாரிப்பாளருக்கோ, திரையரங்க உரிமையாளர்களுக்கோ, விநியோகஸ்தர்களுக்கோ கையைக் கடித்ததில்லை. இத்தனைக்கும் விஜய் சம்பளம், தயாரிப்புச் செலவு, படப்பிடிப்புச் செலவு, தொழில்நுட்பக்குழு சம்பளம், நாயகி சம்பளம், துணை நடிகர் சம்பளம் என ஏகத்துக்கும் எகிறும். ஆனாலும், விஜய் படம் என்றால், மினிமம் கியாரண்டியைத் தாண்டி வசூல் அள்ளும். காரணம், பெண்களும், குழந்தைகளும் தரும் ஆதரவுதான்.

அதனால்தான் 'சுறா', 'ஆதி', 'புலி', 'பைரவா' போன்ற படங்கள்கூட தயாரிப்பாளர்களுக்குப் பெரிய நஷ்டத்தை அளிக்கவில்லை. இதே படங்களில் வேறு ஒரு நடிகர் நடித்திருந்தால் அவ்வளவுதான். அதுதான் விஜய்யின் பலமாக உள்ளது. இப்போது விஜய்க்குத் தனிப்பட்ட ரசிகர்களைத் தாண்டி, பொதுவான மக்களும் ரசிக்க ஆரம்பித்துள்ளனர். அதற்கேற்ப விஜய்யும் நடிப்பு முறையை, கதைக் களத்தை மாற்றிக்கொண்டே வருவதைப் பார்க்க முடிகிறது.

'அண்ணாமலை தம்பி இங்கு ஆட வந்தேன்டா, உங்க தளபதி நான் கானா பாட்டு பாட வந்தேன்டா' என்று 'புதிய கீதை' படத்தில் பாடினார் விஜய். உண்மையில் வசூலில் அவர் அண்ணனை மிஞ்சும் தம்பிதான், தமிழ் சினிமாவின் தளபதிதான்.

* * *

சீயான் வெற்றி மந்திரம்: விக்ரம் ஆக ஆறு எளிய வழிகள்

விக்ரம் சினிமாவில் ஹீரோவாக நடிக்க ஆரம்பித்து 30 வருடங்களில் 55 படங்களில் நடித்துவிட்டார். 'ஐ' விக்ரமின் 50-வது படம்.

எம்.ஜி.ஆர். – சிவாஜி, ரஜினி – கமல், விஜய்– அஜித், தனுஷ் – சிம்பு, விஜய்சேதுபதி – சிவகார்த்திகேயன் என்ற வரிசையில் விக்ரமுக்குப் போட்டி யார்? என்ற கேள்வி தவிர்க்க முடியாதது.

மேம்போக்காக சூர்யா என்றோ, பிற நடிகர் களையோ நாம் ஒப்பிட்டுச்சொல்வது பொருத்தமாக இருக்காது. அப்படி மற்ற நடிகர்களோடு விக்ரமை ஒப்பிட்டுப் பார்ப்பவர்கள், நிச்சயம் விக்ரம் கடந்து வந்த பாதையைத் தெரிந்துவைத்திருக்க வேண்டும்.

விக்ரம் கடந்து வந்த பாதை

லயோலா கல்லூரியில் முதுகலைப் பட்டப்படிப்பை முடித்த விக்ரம் 'என் காதல் கண்மணி' படத்தின்மூலம் நாயகனாக அறிமுகம் ஆனார். ஸ்ரீதர் இயக்கத்தில் 'தந்துவிட்டேன் என்னை', பி.சி.ஸ்ரீராம் இயக்கத்தில் 'மீரா', எஸ்.பி முத்துராமன் இயக்கத்தில் 'காவல் கீதம்' ஆகிய படங்களில் நடித்தும் விக்ரம் என்ற நடிகனை தமிழ் சினிமா கண்டுகொள்ளவில்லை.

தெலுங்கு, மலையாளப் படங்களில் நடித்து வந்த விக்ரம் டப்பிங் கலைஞராகக்கூட தன்னைத் தகவமைத்துக்கொண்டார். 'அமராவதி' படத்தில் அஜித்துக்கும், 'காதலன்', 'மின்சார கனவு' படங்களில் பிரபுதேவாவுக்கும், 'காதல் தேசம்', 'விஐபி', 'கண்டுகொண்டேன் கண்டுகொண்டேன்' படங்களில் அப்பாஸுக்கும் குரல் கொடுத்தவர் விக்ரம்தான்.

பொதுவாக சினிமாவில் மிகப்பெரிய திருப்புமுனையோ, ஒரு நடிகன்மீது கவன ஈர்ப்பு குவிவதோ எப்போது நடக்கும் என்று உறுதியாகச் சொல்லமுடியாது. விக்ரமுக்கு அந்தக் கவன ஈர்ப்பு கிடைக்க ஒன்பது வருடங்கள் ஆனது. 1990-ல் ஹீரோவாக அறிமுகமான விக்ரம், 1999-ல் வெளியான 'சேது' படத்தின் மூலம்தான் கதாநாயகனுக்கான அங்கீகாரம் கிடைத்தது. கல்லூரி இளைஞனாகவும், மனநிலை பாதிக்கப்பட்ட கதாபாத்திரத்திலும் விக்ரம் தன் அசாத்திய நடிப்பை வழங்கினார்.

'சீயான்' விக்ரம்

'அதிர்ஷ்டம் அல்ல. தன்னம்பிக்கை மட்டுமே கைகொடுக்கும்' என்று சினிமாவிலேயே தொடர்ந்து இயங்கிக் கொண்டிருந்ததால்தான், 'சேது'வுக்குப் பிறகு 'சீயான்' விக்ரமுக்கான வாய்ப்பு வெளிச்சங்கள் பிறந்தன.

'தில்', 'காசி', 'ஜெமினி', 'தூள்', 'சாமி', 'பிதாமகன்', 'அந்நியன்' என்று தன் விக்ரம் கமர்ஷியல் விஸ்வரூபம் எடுத்தார்.

தரணியின் 'தில்' கமர்ஷியல் ஹீரோவுக்கான களத்தை அமைத்துக் கொடுத்தது. பார்வையற்ற மாற்றுத்திறனாளியாக நடித்த 'காசி' படத்தைத் தமிழ் ரசிகக் குடும்பங்கள் கொண்டாடின. 'ஜெமினி', 'தூள்', 'சாமி' படங்கள் அதிரடியான விக்ரமை ரசிகர்களுக்கு அறிமுகப்படுத்தின.

வெட்டியான் சிந்தனாக பிதாமகனில் விக்ரம் நடித்தது மிகப்பெரிய அங்கீகாரத்தைக் கொடுத்தது. சூர்யா காமெடி கதாபாத்திரமாகவே மனதில் நிற்க, விக்ரம் நடிப்பு பரவலாகப் பேசப்பட்டது. விக்ரம் ஓடி வருவதையும், கோபப்படுவதையும், வெறி கொண்டு வில்லனைத் தாக்குவதையும் இமை கொட்டாமல் பார்த்தனர். சிறந்த நடிகனுக்கான தேசிய விருதை விக்ரம் பெற்றார்.

பரிசோதனைக் கூடம்

'அந்நியன்', 'தெய்வத்திருமகள்', 'ஐ' என்று தன் அடுத்தகட்டப் பாய்ச்சலிலும் நடிகனாக தன்னைத் தொடர்ந்து நிரூபித்துக்கொண்டிருக்கிறார்.

'சாமுராய்', 'மஜா', 'பீமா', 'தாண்டவம்', 'ராவணன்', '10 எண்றதுக்குள்ள', 'ஸ்கெட்ச்', 'சாமி ஸ்கொயர்', 'கடாரம் கொண்டான்' படங்கள் விக்ரமுக்கு மிகப்பெரிய சறுக்கல்களாக அமைந்தன. ஆனாலும், தன்னை ஒரு பரிசோதனைக்கூடமாகப் பயன்படுத்திக்கொள்வதில் விக்ரம் தயக்கம் காட்டியதே இல்லை. அதனால்தான், 'ஐ' படத்தில் மாறுபட்ட உடலமைப்புகளில் வித்தியாசம்காட்டி வியக்கவைத்தார். 'இருமுகன்' படத்தில் 'அகிலன்', 'லவ்' என இரண்டு கதாபாத்திரங்களுக்கான வேறுபாட்டை அனாயாசமாகக் கொண்டுவந்தார் விக்ரம். அகிலனின் தீவிரம், 'லவ்'வின் அலட்டிக்கொள்ளாத வில்லத்தனம் இரண்டையும் கச்சிதமாக வெளிப்படுத்தினார்.

தீராக் காதல்

ஒரு நடிகன் இரண்டு நிலைகளில் தன் நடிப்புத் திறமையை இந்த உலகுக்கு பரிபூரணமாக வெளிப்படுத்த நினைக்கிறான். அது நடிப்பு என்பதை மறக்கடிக்கும் அளவுக்கு கதாபாத்திரமாகவே மாறுவது. உடலை வருத்திக்கொண்டு கதாபாத்திரத்தின் தன்மையை உணர்த்துவது. இந்த இரண்டுநிலை நடிப்பையும் விக்ரம் அசாதாரணமாகக் கடந்துவந்திருக்கிறார். அதற்குக் காரணம் சினிமா மீது விக்ரமுக்கு இருக்கும் தீராக் காதல்.

'தெய்வத் திருமகள்' படத்தில் 'எனக்கு பாப்பா பொறக்கப்போகுது' என்று இன்னொரு குழந்தையாகமாறி குதூகலத்துடன் சொல்லும்போதும், நிலாவைப் பார்த்து

உருக்கமுடன் பேசும்போதும், கோர்ட் காட்சியில் நிலாவுடன் சைகையில் பேசும் போதும் கிருஷ்ணா என்ற கதாபாத்திரமாகவே மாறி நம்மைக் கலங்கடித்துவிடுகிறார்.

உடலை வருத்திக்கொண்டு நடிப்பதிலும் விக்ரம் தனித்துவம்தான். 'அந்நியன்' திரைப்படத்தில் பிரகாஷ்ராஜ், விக்ரமை கொடூரமாக சித்ரவதை செய்யும் காட்சிகளில் அம்பி அந்நியனாக மாறுவது முக்கியமான காட்சி. 'ஐ' படத்தில் பாடி பில்டர், மாடல், கூனன் என்று உடலைச் சிதைத்து விக்ரம் நடித்த விதம் அர்ப்பணிப்பின் உச்சம்.

சினிமாவில் சாதிக்க நினைப்பவர்களுக்கு விக்ரம் சொல்ல விரும்புவது:

ஈகோ இல்லாத பண்பு: ஹீரோ எப்படி டப்பிங் பேசுவது என்று நினைக்காமல், கிடைத்த வேலைகளைச் செய்தது.

காத்திருத்தல்: அவசரப்படாமல் பொறுமையாகக் காத்திருப்பது.

தீராக் காதல்: விடாமுயற்சியைக் கைவிடாமல் வாய்ப்பு வேட்டை நடத்தியது.

தொழில் பக்தி: கிடைத்த வாய்ப்பை முழுமையாக, உண்மையாகப் பயன்படுத்திக்கொள்ளும் விதத்தில் உழைப்பது

அர்ப்பணிப்பு: கதைக்கு, கதாபாத்திரத்துக்குத் தேவையானதைச் செய்ய ரிஸ்க் எடுப்பது.

சவாலை ஏற்றுக்கொள்வது: கதாபாத்திரம் கடினமானதாக இருந்தாலும், அந்தச் சவாலை ஏற்றுக்கொண்டு அதற்குள் ஊடுருவிச்சென்று அதன் தன்மை உணர்ந்து முழுமையாக மாறுவது.

இதனால்தான் பாலா, ஷங்கர், மணிரத்னம், தரணி, ஹரி, லிங்குசாமி, விஜய் என்று வெரைட்டியான இயக்குநர்களின் படங்களில் விக்ரமால் நடிக்க முடிந்தது.

ஒவ்வொரு படத்தின் கதாபாத்திரமும் விக்ரமுக்குப் போட்டிதான். அதனால்தான், சேது, சிந்தன், கிருஷ்ணா, லிங்கேசன் என்று ஒவ்வொரு கதாபாத்திரத்திலும் தன்னை தொடர்ந்து நிரூபிக்கிறார்.

இங்கே ஒவ்வொரு நடிகருக்கும் ஒவ்வொரு மாதிரியான பயிற்சிகள் உள்ளன. மிகச் சிறந்த நடிப்பின் அடையாளம் அது நடிப்பு என்பதை மறக்கடிப்பதே. தன் முழுத் திறத்தையும் நடிப்புக்கென அர்ப்பணிப்பவர்களே இந்த நேர்த்தியைக் கற்கிறார்கள். அந்த நேர்த்தியை விக்ரம் கைவரப்பெற்றிருக்கிறார்.

மிகச் சிறந்த நாயகனாக சினிமாவில் ஜெயிக்கவேண்டும் என்பதே விக்ரம் அப்பா வினோத்ராஜின் ஆசை. கடைசிவரை ஒரு துணை நடிகராகவே விக்ரம் அப்பாவால் சினிமாவில் வலம்வர முடிந்தது. அப்பா கனவு கண்டதை விக்ரம் நனவாக்கினார். அடுத்து, தன் மகன் துருவ் விக்ரமையும் 'ஆதித்ய வர்மா' படத்தின்மூலம் நாயகனாக அறிமுகப்படுத்தினார்.

வெற்றிகரமான ஒரு ஃபெர்பாமிங் நடிகரான விக்ரம் முன்பு மணிரத்னம் இயக்கத்தில் பலம் பொருந்திய ராவணனாக மிரட்டினார். இப்போது பல மொழிகளில் உருவாகும் 'பொன்னியின் செல்வன்' படத்தில் ஆதித்ய கரிகாலனாக நடிப்பின் அத்தனை நுணுக்கங்களையும் வெளிப்படுத்தவுள்ளார்.

எத்தனை ஜென்மம் எடுத்தாலும் நடிகனாகவே பிறக்க ஆசைப்படுகிறாராம் விக்ரம். அப்படியே ஆகக் கடவது!

* * *

வித்தியாசங்களை விரும்பும் கலைஞன்

சினிமாவில் உச்சம் பெற நினைக்கும் எந்த ஒரு நடிகரும் காதல் படங்கள், நகைச்சுவைப் படங்கள், குடும்பப் படங்கள், ஆக்ஷன் படங்கள் என்ற அலைவரிசையில் படங்களில் நடிக்க ஆரம்பித்து கமர்ஷியல் அந்தஸ்தை உயர்த்திக்கொள்வார்கள். ரஜினி, கமல் ஆகிய மூத்த நடிகர்களில் தொடங்கி தனுஷ், சிவகார்த்திகேயன் உள்ளிட்ட சமகால நடிகர்கள்வரை இந்த அம்சத்தை மாறாமல் கடைப்பிடித்துள்ளதை அறிந்துகொள்ளலாம்.

ஆனால், புத்தாயிரத்துக்குப் பிறகு வந்த நடிகர்கள் இந்த அலைவரிசையை அப்படியே பின்பற்றாமல் துணிச்சலுடன் சில பாய்ச்சல்களை நிகழ்த்தியுள்ளனர். அந்த விதத்தில் இரண்டாவது படத்திலேயே ஆக்ஷனைக் கையிலெடுத்து,

அதற்குப் பிறகும் ஆக்ஷன் படங்களிலேயே நடித்து, கமர்ஷியல் ஹீரோவாகத் தொடர்ந்து தன்னைத் தகுதிப்படுத்திக்கொண்ட நடிகராக விஷாலைக் குறிப்பிடலாம்.

அதற்கான இரண்டு காரணங்கள்... அவர் உதவி இயக்குநராக இருந்து, நாயகன் ஆக அறிமுகம் ஆனவர். இன்னொரு முக்கியக் காரணம் விஜய்யைப் பார்த்து வியந்து அவர்போல் நடிக்க வேண்டும் என்று அவரை ரோல் மாடலாக நினைத்து, அவர் பாணியில் நடிக்கத் தொடங்கியவர்.

உதவி இயக்குநர் பயணம்

பிரபல தயாரிப்பாளர் ஜி.கே.ரெட்டியின் இளைய மகன் விஷால் உதவி இயக்குநராகவே தன் சினிமா வாழ்க்கையைத் தொடங்கினார். லயோலா கல்லூரில் விஷுவல் கம்யூனிகேஷன் படித்த விஷால், மனோஜ்குமார் இயக்கத்தில் அர்ஜுன் நடித்த 'வானவில்' படத்தில் உதவி இயக்குநராகப் பணி செய்தார். அடுத்து அர்ஜுன் இயக்கி, நடித்த 'வேதம்' படத்தில் உதவி இயக்குநராகப் பணியாற்றினார். அர்ஜுனும், லயோலா கல்லூரிப் பேராசிரியர் ராஜநாயகமும் விஷாலை ஹீரோவாக நடிக்குமாறு கூறி மடைமாற்றினர்.

அண்ணன் விக்ரம் கிருஷ்ணாவோ அஜய் என்கிற பெயரில் மூன்று படங்களில் நடித்தும் அவரால் ஹீரோவாக சோபிக்க முடியவில்லை. அதில் ஒரு படம் சிவாஜியுடன் நடித்த 'பூப்பறிக்க வருகிறோம்' அந்தப் படம் போதிய வரவேற்பைப் பெறாத நிலையில், 'சுயம்வரம்' தெலுங்குப் படத்தின் மறுஆக்கமான 'லவ் மேரேஜ்' படத்தில் நடித்தார். அதற்குப் பிறகு அவர் நடிப்புக்கு முழுக்குப்போட்டு தயாரிப்பாளராக மட்டுமே இருந்துவருகிறார். இந்தச் சூழலில்தான் இரு குருநாதர்கள் ஹீரோவாக நடிக்கச் சொன்னதும் விஷால் அந்தச் சவாலைச் சந்திக்கத் தயாரானார்.

அந்தச் சமயத்தில் ஞானவேலு, ஜெயப்பிரகாஷ் தயாரிப்பில் ஷங்கரின் உதவியாளர் காந்திகிருஷ்ணா மூலம் விஷால் ஹீரோவாக நடிக்கும் வாய்ப்புக் கிட்டியது. 'செல்லமே' உருவானது. அறிமுகப் படம் என்பதற்கான எந்த அறிகுறியையும் வெளிக்காட்டாத அளவுக்கு வருமான வரித்துறை அதிகாரியாகவும், ரீமாசென்னுடனான காதல் காட்சிகளிலும் தேர்ந்த நடிப்பை விஷால் வழங்கினார்.

கமர்ஷியல் நகர்வு

அடுத்த படமான 'சண்டக்கோழி'யை அண்ணனும், நடிகருமான விக்ரம்கிருஷ்ணா தயாரிக்க, லிங்குசாமி இயக்கத்தில் துடிப்புமிக்க இளைஞனாக சண்டைக் காட்சிகளில் அசர வைத்தார். படம் பட்டிதொட்டியெங்கும் ஹிட் ஆனதில் விஷால் கமர்ஷியல் ஹீரோ தகுதியை நோக்கி நகர்ந்தார். அடுத்து, தருண்கோபி இயக்கத்தில் 'திமிரு' படத்தில் நடித்தார். முதல் பாதியில் அப்பாவி இளைஞன், இரண்டாம் பாதியில் கோபமும் வேகமும் கொண்ட சண்டக்கார நாயகன் என்ற கதாபாத்திரப் பரிணாமத்தைப் பளிச்சென்று வெளிப்படுத்தினார்.

ஆறடி உயரம், கட்டுக்கோப்பான உடல், கறுத்த தேகம் ஆகியவையே விஷாலின் கமர்ஷியல் ஹீரோ பிம்பத்துக்கு வலு சேர்த்தன. அதனால்தான் மூன்றாவது படமான 'திமிரு'வில் வில்லனைப் பார்த்து சவுண்ட்விட்டு, 'நானும் மதுரக்காரன்தாண்டா' என்று திமிறினார். அக்கட பூமியான ஆந்திராவைச் சேர்ந்தவராக இருந்தாலும் இப்போதுவரை அவரை மதுரக்காரராகவே பாவித்து வருகிறார்கள் தமிழ் சினிமா ரசிகர்கள்.

'சிவப்பதிகாரம்', 'தாமிரபரணி', 'மலைக்கோட்டை', 'சத்யம்', 'தோரணை', 'வெடி','சமர்' என வரிசையாக ஆக்ஷன் படங்களில் நடித்துத் தன்னைத் தகுதிப்படுத்திக் கொண்டார்.

கான்செப்ட் படங்களுக்கு முக்கியத்துவம்

இப்போது யோசித்துப் பார்த்தாலும் 'தீராத விளையாட்டுப் பிள்ளை' படத்தில் விஷால் நடித்தது வியப்புக்குரிய விஷயம்தான். மூன்று பெண்களைக் காதலித்து ஏமாற்றும் பிளேபாய் இமேஜுக்கான நம்பகத்தன்மையை நடிப்பில் கொண்டுவருவது சவாலானது. சிம்பு, ஆர்யா போன்ற நடிகர்கள் நடிக்கவேண்டிய படம். சொல்லப்போனால் ஆர்யாவுக்காக எழுதப்பட்ட கதையில்தான் விஷால் நடித்தார். ஆனால், அந்தக் கதாபாத்திரத்துக்கான முழு நியாயத்தையும் நடிப்பில் நிறைவேற்றினார்.

'சத்யம்' படத்தில் சிக்ஸ்பேக் உடலமைப்பில் கெத்து காட்டியவர், 'அவன் இவன்' படத்தில் மாறுகண் உடையவராக நவரச நடிப்பை வழங்கி ஆச்சரியப்படுத்தினார். ஒரு பாடல்

முழுக்கப் பெண் வேடத்தில் திறமை காட்டியவர் 'நான் சிவப்பு மனிதன்' படத்தில் நார்கோலெப்ஸி எனும் அதீதத் தூக்கத்தால் ஆபத்துகளைச் சந்திக்கும் இளைஞராகப் பண்பட்ட நடிப்பை வழங்கினார்.

அடித்தே பழக்கப்பட்ட விஷால், திருப்பி அடிக்கத் தெரியாமல் திணறுவதும், திக்கிப் பேசுவதும், அண்ணன் மரணத்துக்குக் காரணமானவர்களைப் பழிவாங்குவதும் என நடித்த 'பாண்டிய நாடு' திரைப்படம் மிகப்பெரிய திருப்புமுனையைத் தந்தது. 2013ஆம் ஆண்டு தீபாவளி வெளியீடாக 'ஆரம்பம்', 'ஆல் இன் ஆல் அழகுராஜா' படங்களுடன் போட்டியிட்ட இப்படம் தனி முத்திரை பதித்து மிகப்பெரிய வரவேற்பைப் பெற்றதுடன், வசூல் ரீதியாகவும் வெற்றி பெற்றது.

ஏற்ற இறக்கங்கள்

'பட்டத்து யானை', 'பூஜை', 'பாயும் புலி', 'கதகளி', 'ஆம்பள', 'மருது', 'கத்தி சண்டை', 'அயோக்யா,' 'ஆக்‌ஷன்', 'சக்ரா' எனத் தொடர்ந்து கமர்ஷியல் அம்சத்துக்கு இடம் கொடுத்ததில் பல படங்கள் ஆவரேஜ் ஆகவும், சில படங்கள் தோல்வியையும் தழுவின. ஆனால், 'துப்பறிவாளன்', 'இரும்புத்திரை', 'எனிமி' படங்களின் கதைத் தேர்வுகள் மூலம்தான் வித்தியாசங்களை விரும்பிச் செய்பவன் என்பதை விஷால் நிரூபித்துள்ளார்.

மிஷ்கினின் வார்ப்பாக அதிகம் பேசாமல் அடக்கி வாசித்த விஷாலுக்கு 'துப்பறிவாளன்' கணியன் பூங்குன்றன் கதாபாத்திரம் அவ்வளவு கச்சிதமாக இருந்தது. அவர் நடிப்பும் பரவலாகப் பேசப்பட்டது. எந்த நடிகர் தன்னை ஹீரோவாக நடிக்கலாம் என்று ஊக்கம் கொடுத்தாரோ, அவரையே வில்லனாக்கி ஹீரோவாக விஷால் 'இரும்புத்திரை'யில் ஜொலித்தார். கதைக்களம் அதற்கு முழுமையாக ஒத்துழைத்தது.

சினிமாவுக்கு வந்த 17 வருடங்களில் 30 படங்களில் நடித்துள்ள விஷால், இதுவரை இரட்டை வேடங்களில் நடிக்கவில்லை. லிங்குசாமி, ஹரி, பாலா, மிஷ்கின், சுந்தர்.சி, திரு, பூபதி பாண்டியன், சுசீந்திரன், பாண்டிராஜ், சுராஜ், பி.எஸ்.மித்ரன், ஆனந்த் ஷங்கர் என்று பலதரப்பட்ட இயக்குநர்களுடன் கூட்டணி அமைத்துக்கொண்டாலும், பெரும்பாலான படங்கள் ஆக்‌ஷனை அடிப்படையாகக்

கொண்டவையாகவே உள்ளன. இதன் நதிமூலம், ரிஷிமூலம் தேடினால் அதற்கு விடையாக விஜய் வந்து நிற்கிறார்.

'எனக்குப் பிடித்த நடிகர் விஜய், அவர் படங்களைப் பார்த்துதான் சினிமாவைக் கற்றுக்கொண்டேன். நான் இயக்கும் முதல் படம் என்றால் விஜய்யைத்தான் நடிக்கச் சொல்வேன். அவர்தான் என் முதல் சாய்ஸ்' என்று விஷால் பல பேட்டிகளில் குறிப்பிட்டுள்ளது நினைவுகூரத்தக்கது.

விஜய்யை ஆதர்ச நாயகனாகக் கொண்டதால், அவர் வளர்ந்து நின்ற காலகட்டத்தைப் பின்பற்றி காதலை மட்டுமே மையமாகக்கொண்ட படங்களுக்கு அப்படியே கட் சொல்லிவிட்டு, ஆக்‌ஷன் படங்களில் ஆர்வம் காட்டினார் விஷால். விஜய்யின் 'கில்லி' வெளியான அதே ஆண்டில் சுமார் ஐந்தாறு மாதங்களுக்குப் பிறகு 'செல்லமே' வெளியானது. இப்போது விஜய்க்கு அடுத்தகட்ட நடிகர்கள் பட்டியலில் கமர்ஷியலில் தவிர்க்கமுடியாத இடத்தை விஷால் பிடித்துள்ளதையும் உற்றுநோக்க வேண்டும்.

* * *